I0526557

वलय

वपु काळे

मेहता
पब्लिशिंग
हाऊस

✆ +91 020-24476924 / 24460313

Email : info@mehtapublishinghouse.com
production@mehtapublishinghouse.com
sales@mehtapublishinghouse.com

Website : www.mehtapublishinghouse.com

- *या पुस्तकातील लेखकाची मते, घटना, वर्णने ही त्या लेखकाची असून त्याच्याशी प्रकाशक सहमत असतीलच असे नाही.*

VALAY by V. P. Kale

वलय : वपु काळे / कथासंग्रह

© स्वाती चांदोरकर व सुहास काळे

मराठी पुस्तक प्रकाशनाचे हक्क मेहता पब्लिशिंग हाऊस, पुणे.

प्रकाशक : सुनील अनिल मेहता, मेहता पब्लिशिंग हाऊस,
१९४१ सदाशिव पेठ, माडीवाले कॉलनी, पुणे - ४११०३०.

मुखपृष्ठ छायाचित्र व रचना - वपु काळे

प्रकाशनकाल : सप्टेंबर, १९६६ / जुलै, १९८५ / मे, १९८७ / नोव्हेंबर, १९९२ / सप्टेंबर, १९९६ / जुलै, १९९९ / एप्रिल, २००२ / ऑक्टोबर, २००५ / फेब्रुवारी, २००७ / जून, २००८ / सप्टेंबर, २००९ / मार्च, २०११ / मे, २०१२ / एप्रिल, २०१३ / मे, २०१४ / डिसेंबर, २०१५ / पुनर्मुद्रण : ऑक्टोबर, २०१७

P Book ISBN 9788177664997

E Book ISBN 9788184989373

E Books available on : play.google.com/store/books
m.dailyhunt.in/Ebooks/marathi
www.amazon.in

आशा भोसले ह्यांचा
कासावीस करणारा, ओल्या व्यथेचा आवाज,
बर्मनदांचं जीवघेणं संगीत,
गुलजार ह्यांचं तरल, काहूर उठवणारं काव्य
आणि 'माया'चं उफाळून-उत्कट आयुष्य...
हे सगळं शब्दाधीन
आणि त्याच्या कितीतरी पट शब्दातीत
अशा 'इजाजत'मधल्या
'मेरा कुछ सामान'
ह्या निर्मितीला
हे 'वलय' अर्पण.

वपु.

अनुक्रमणिका

ॐ ॐ

स्वप्नवेडी

जिन्यावरून त्या बाईला मी धावत येताना पाहिलं; आणि मी मनात विचार केला, तिला ही गाडी पकडता येणं शक्य नाही. ती फार तर जेमतेम डब्यापर्यंत पोहोचेल आणि तेवढ्यात गाडी सुटेल. तसंच झालं! गाडी हलली. तरीही निर्धार करून ती पळतच राहिली. एखाद्या पुरुषाप्रमाणे तिनं चालत्या गाडीचा बार पकडला. मी पटकन् पुढे झुकलो. तिच्या कमरेभोवती उजव्या हाताचा विळखा घालून तिला वर ओढलं. गाडीचा वेग हा हा म्हणता वाढला. तिची छाती जोरजोरात वरखाली होत होती. थोडीशी धावपळ आणि पुष्कळशी भीती ह्यानं तिचा चेहरा घामानं निथळून निघाला. रुमालानं घाम पुसून जरा शांत झाल्यावर, ती काहीशी भानावर आली. एका परपुरुषानं आपल्या कमरेला विळखा घालून आपल्याला वाचवलं, ह्याची तिला आत्ता जाणीव झाली; आणि एवढ्या सुंदर स्त्रीला आपला एवढा निकट पण तितकाच अनपेक्षित स्पर्श झाला, ह्याची मलाही जाणीव झाली. मघाशी जी भावना नव्हती ती आता उफाळून आली.

माझ्याकडे पाहात ती कुंदकळ्या दाखवीत म्हणाली, ''थँक्स.''

''ही गाडी पकडण्याचं एवढं अडलंच होतं का?''

थोडीशी घुटमळत ती म्हणाली, ''दोन लेटमार्क झालेलेच आहेत. आजचा तिसरा झाला असता आणि मग एक कॅज्युअल कमी झाली असती.''

''कशावरून लेटमार्क करणारा तुमचा हेडक्लार्क ह्याच गाडीला नसेल?...'' संभाषण चालू ठेवायचं म्हणून मी विचारलं.

''अशा वेळी क्लार्क नेमका पुढं गेलेला असतो.''

''तुमच्या जीवापेक्षा कॅज्युअल जास्त मोलाची आहे का पण?''

''नोकरी म्हटल्यावर हे सारं आलंच नाही का? नोकरी म्हणजे मुळातच जीवन विकणं!''

"आणि गाडी पकडताना काही घोटाळा झाला असता म्हणजे मग किती लोकांना लेटमार्क झाला असता?" मी मुद्दाम विचारलं.
"छान! म्हणजे तुम्हाला माझी काळजी नाही, तर स्वत:लाच लेटमार्क होईल ह्याची काळजी! छान!"
बोलण्यात मागे हटणारी नव्हती ती. मला बरं वाटलं. ही ओळख टिकणार नव्हती. परत ती मला कदाचित् भेटणारही नसेल; पण म्हटलं, जो काय सहवास घडला तो चांगला होतोय. अशी माणसं चांगली. वृत्ती अशी हवी. चार-सहा शब्दांची देवाण-घेवाण झाली, तर काही आकाश कोसळून पडत नाही; पण सरसकट मुली अशा वावरतात, अशा पाहतात तुमच्याकडे की, जणू या स्वर्गातच इंद्रपुरीत वावरायच्या; काही काळच पृथ्वीवर आलेल्या जणू! सामान्य पोरींचा हा तोरा! वास्तविक ह्या वृत्तीमुळे त्या जास्तच सामान्य दिसतात, पण त्यांच्या टाळक्यात नाही यायचं हे! सुंदर मुलींचं तर काय घेऊन बसलात?...पावसाळ्यात पैदा होणाऱ्या वळवळणाऱ्या प्राण्याकडेही आपण सहृदयतेनं पाहातो, पण ह्या ढमाया पुरुषांकडे...जाने दो। ही तशी नाही–हेही नसे थोडके!
"काय करणार? जी काळजी तुम्हाला, तीच आम्हांला. Sailing on the same boats!" – मी जरा थांबून म्हणालो.
"तसं म्हणू नका. Travelling on the same footboards."
"अरे, कमाल झाली. माझं लक्षच गेलं नाही. मला फूटबोर्डवर उभं राहायला आवडतं. पण तुम्हीही उभ्या आहात तिकडे लक्षच गेलं नाही."
"चालायचंच. त्यात काय मोठंसं!"
"बरं, ते झालं, पण पुन्हा अशी गाडी पकडण्याचा प्रयत्न करायचा नाही."– मी थोडासा आपलेपणा दाखवीत म्हणालो.
"मघाशी धावती गाडी पकडली ह्याची मला आता धास्ती वाटत आहे. पण तो क्षण तसाच मोहात पाडणारा होता. डोळ्यासमोर जाणारी गाडी बघवत नाही."
–आज बोरीबंदर लवकर आलं. मी गाडीला उगीचच शिव्या दिल्या. एरव्ही मस्जिद-बोरीबंदरच्या मधे गाडी हमखास थांबते. आज नाही थांबली.
"अच्छा."
"अच्छा."
संपली. उभ्या आयुष्यातील पंधरा-वीस मिनिटं एका बऱ्यापैकी व्यक्तीच्या सहवासात गेली. अशा ओळखी विसरण्यासाठीच असतात. पण जाता जाता वेग आणतात. उत्साह देतात. ती नजरेसमोरून गेली. गर्दीत मिसळून गडप झाली. आणि आता ती मला नव्यानं दिसू लागली. तिचे कुंदकळ्यांसारखे दात

आठवले. गालाला पडणाऱ्या खळ्यांची पण माझ्या मनात नकळत कुठंतरी नोंद झाली होती. तिचा आकर्षक बांधा आठवला आणि लगेच, 'ह्या-ह्या' हातांनी तिला कमरेला धरून सावरल्याचं आठवलं. वृत्ती जराकाळ सैरभैर झाली. त्या पंधरा-वीस मिनिटांनी 'काहीतरी' कुठंतरी...खोलवर घडवलं होतं. पेरलं होतं. ते जे काही पेरलं होतं ते तसंच करपणार आहे, ह्याचीही जाणीव अंतर्मनाला होती. तरी थोडा काळ काहीतरी उगवलं होतं – ह्याचं सौख्य होतंच.

पण नाही! दोनच दिवसांनी ती परत त्याच गाडीला, पण गाडी येण्यापूर्वी भेटली. तिनंच ओळखीचं स्मित केलं. माझाही हुरूप दुणावला.
''आज कशा वेळेवर आलात?''
''वेळेवर आले; पण आज लक्ष सगळं घरीच आहे.''
''काही खास?'' – मी जरा चेष्टेच्या स्वरात विचारलं. तिच्या चेहऱ्यावर फेरफार झाले. आपल्याकडून घाई झाली की काय? – मी चपापलो.
''अहो, काय झालं, मी आईला म्हटलं, मला लवकर जायचंय. ती बिचारी लवकर उठली. मग सगळा स्वयंपाक केलान् बिचारीनं. पण बाई, माझंच नाही आटपलं वेळेवर. मग तशीच निघाले न जेवता.''
''काय?''
''हो ना. इतकं लागेल आता तिच्या मनाला. मलाही चुटपुट लागली आहे आता.''
''तुम्ही असं करायला नको होतं. अहो, सगळी धावपळ ती त्या पोटासाठी. मग त्याला उपाशी ठेवून कसं चालेल? तुम्ही आता घरी जा. जेवा आणि या आईलाही बरं वाटेल.''
''छे, आता शक्यच नाही. आईला बरं वाटेल ही गोष्ट खरी. पण मग तिला बरं वाटायला हवं असेल तर मला नोकरीही सोडली पाहिजे.''
''मग सोडा.''
''वा वा, मग ह्याचं काय? ह्याच्यासाठी तर सगळं.'' पोटावर हात ठेवीत ती म्हणाली. तेवढ्यात गाडी आली आणि तिची एक मैत्रीणही आली. माझा निरोप घेऊन ती मग बायकांच्या डब्याकडे गेली.
त्या मुलीनं अगत्यानं ओळख ठेवली ह्यावरून तिच्या लाघवी स्वभावाची प्रचीती आली. आता तिला मैत्रीण म्हणणं गैर ठरलं नसतं. न जेवता घरून निघाल्याबद्दल तिचं मन आईबद्दल हळहळत होतं. ती नक्कीच भावनाप्रधान होती. अजून मला तिचं नाव माहीत नव्हतं. पण समजा, कुठं लांब दिसली,

तर हाक कशी मारणार? 'शुक् शुक्' असंच करावं लागणार. ते काही नाही. पुढच्या वेळेस तिचं नाव प्रथम विचारायचं.

ही पुढची वेळ मात्र नेमकी तशीच आली. मी तिला दूर असतानाच पाहिलं. 'शुक् शुक्' करण्याच्या अंतरापलीकडे होती ती. मी मग चालण्याचा वेग वाढवला. ती जवळ आल्यावर मग 'शुक् शुक्' करण्यापलीकडे उपायच नव्हता. तिच्याबरोबर आणखीन एक मुलगी होती.
तिनं वळून पाहिलं, पण तिचा चेहरा निर्विकार होता. मी हसलो. तिनं काही ओळखच दाखविली नाही. तिच्याबरोबरची मुलगी माझ्याकडे संशयानं पाहू लागली. हे सगळं सहनशक्तीच्या पलीकडचं होतं. ह्या उपेक्षेचं कारण कळणं आवश्यक होतं. वास्तविक मी तेवढ्यावरच थांबावं, पण तेही शक्य नव्हतं. ''ओळख विसरलात वाटतं?'' – मी विचारलं. पण माझ्याकडे बिलकुल न बघता परस्पर ती मैत्रिणीबरोबरच बोलू लागली. आता ती मैत्रीण आणखीन चमत्कारिक नजरेने पाहू लागली. जास्त शोभा करून घेण्यात अर्थ नव्हता. तिच्यापासून लवकरात लवकर दूर होता यावं, म्हणून मी चालण्याची गती विलक्षण वाढवली.

हे शल्य फार घर करून राहिलं. जणू तिची ओळख झाल्याचं जे सौख्य मी मिळवलं, त्याची दामदुप्पट भरपाई त्या शल्यानं वसूल झाली. एका मुलीची योगायोगानं ओळख झाली. तेव्हापासून मी अगदी अधांतरी चालावं अशी काही ती पृथ्वीमोलाची घटना नव्हती. मग त्या अपमानाचं मी एवढं का मनाला लावून घ्यावं?...तरी तीन-चार दिवस खराब गेले खरे! आता ती जिथं असेल त्याच्या विरुद्ध दिशेला आपलं तोंड हे निर्विवादच!
पण तसं कुठलं घडायला! ती समोर आल्यावर मी तोंड फिरवलं. परत ती समोर आली. माझ्याकडे पाहात ती म्हणाली,
''तुम्ही कुंकू सिनेमा पाहिलात?''
मी गप्प होतो. तिनं पुन्हा तोच प्रश्न विचारल्यावर मला तेवढा निगरगट्टपणा दाखवता येईना. तरी मी घुस्सा न सोडता म्हणालो,
''पाहिला. का?''
''मग तुम्ही जवळ छत्री का नाही बाळगीत? 'कुंकू'तल्या काकासाहेबासारखी?'
''म्हणजे?''
''म्हणजे मग ओळखीचे लोक दिसल्यास मान न फिरवता फक्त छत्री फिरवायची म्हणजे माणसांना चुकवता येतं.''

''त्याच्याकरता छत्रीच कशाला हवी? सरळ सरळ ओळख दाखवली नाही की झालं. थोडा बेडरपणा अंगात हवा. तुमच्याजवळ आहे म्हणा तो!''
''काय म्हणालात?''– तिनं चमकून विचारलं. तो अविर्भाव पाहून माझ्यावर पुन्हा आश्चर्यात पडायची वेळ आली. परवा तिचा ओळख न दाखवण्याचा अभिनय समजायचा, का आता आपण त्या गावच्याच नव्हेत हा अभिनय समजायचा, का दोन्हीही अभिनयच? – मी चांगलाच घुश्श्यात म्हणालो,
''मी जास्त बोलत नाही किंवा काही उकरूनही काढत नाही. खरा प्रकार काय घडला हे माझ्यापेक्षा तुम्हालाच जास्त चांगलं माहीत आहे. तेव्हा तुमच्या वागणुकीबद्दल मी जी काही संगती लावेन ती तुमच्या दृष्टीनं चुकीची असणार. ह्याचाच अर्थ, तुम्ही कराल तो खुलासा मला पटणार नाही. तेव्हा त्या विषयावर गप्प बसणंच बरं.''
''तुम्ही गप्प बसाल पण मी नाही बसणार. सांगा काय प्रकार घडला? माझ्यासारखी दुसरी कोणीतरी दिसली असेल. तुम्ही फसला असाल.''
तिच्या बोलण्यात मोकळेपणा, निर्व्याजता आणि तरीही आत्मविश्वास पुरेपूर होता. असेल आपलीच गफलत असं म्हणत मी सगळी हकीगत सांगितली. नंतरचा झालेला मानसिक त्रासही सांगितला. त्यावर ती म्हणाली,
''तुम्ही अगदीच 'हे' आहात. पटकन् मला भेटायचं घरी आणि खुलासा करून घ्यायचा.''
''छान! अजून तुमचं नाव माहीत नाही, मग पत्ता कसा कळणार घराचा? त्या दिवशी तुम्ही ओळख दाखवली नाहीत...''
''पाहा, परत तुम्ही तीच चूक करताय. त्या दिवशीची ती मी नव्हतेच.'' ती मधेच अडवीत म्हणाली.
''बरं,तसं म्हणा. तेच सांगतो मी! ऐका. तुमचं नाव, ऑफिसचं नाव, साधारण राहता कुठं, ह्याची मला माहिती असती, तर त्या दिवशी ओळख पटवून द्यायला मला वेळ नसता लागला. ती बरोबरची मुलगी चमत्कारिक नजरेनं बघायला लागली, तेव्हा मुकाट्यानं मी काढता पाय घेतला.''
''बरं,मग आता शिक्षा सांगा. आम्ही ऐकू ती.''
''शिक्षा मग पाहू काय द्यायची ती. प्रथम नाव सांगा.''
''मृणालिनी देवधर.''
''ऑफिसचं नाव सांगा. फोन नंबर सांगा...''
''फोनचा नाही हो उपयोग. म्हणजे फोन आहे. पण तो असतो हेडक्लार्कच्या खोलीत. फोन खाली ठेवेपर्यंत मारक्या म्हशीसारखा बघत राहतो. त्याची नजर नाही मला आवडत. सारखी लगट चालू असते.''

"एकदा फायर करा."
"सगळ्या नाड्या त्याच्याच हातात. कॉन्फिडेन्शियल रिपोर्टमध्ये सूड घेईल. जाऊ दे. नुसतं बघून बघून काय करेल? नंबर वाढेल उलट चष्म्याचा. नोकरी म्हटलं की हे सहन करावं लागतंच."
"मला एकदा दाखवून ठेवा त्या हेडक्लार्कला. फोनवरून दम भरीन ऐसा की, सुनते रहो."
"नको बाई, भलताच परिणाम व्हायचा त्याचा. ते जाऊ दे, तुम्ही तुमचं नाव नाही सांगितलंत?"
– मी नाव सांगितलं.
"ऑफिसचं नाव? फोन नंबर?"
मी तीही माहिती सांगितली.
"अच्छा. तुमचा राग गेला ना माझ्यावरचा?" मृणालिनीनं विचारलं.
"हो."
"तुमचा छत्रीचा खर्च मी वाचवला की नाही तुमचा राग काढून? आता मला द्या ते दहा रुपये."
आम्ही दोघं हसलो.

मृणालिनी अधुनमधून भेटत होती. आमची मैत्री वाढत होती. तिचा परिचय होऊन अवघे दहा-बारा दिवसच झाले होते; पण तिच्या मोकळ्या वृत्तीनं ही ओळख खूप दिवसांची – वर्षांची – वाटत होती.
एकदा मी तिला असंच विचारलं,
"तुम्ही नोकरी किती काळ करणार हो?"
"मग काय करायचं?"
"मस्तपैकी लग्न करावं, सुखी व्हावं."
"पण आता मी दु:खी आहे म्हणून तुम्हाला कुणी सांगितलं? आणि लग्न झाल्यावर मी हमखास सुखी कशावरून होईन? मी आत्ताच सुखी आहे."
"नक्की?"
माझ्याकडे रोखून पहात ती म्हणाली, "शेवटी सुख म्हणजे तरी काय हो? सांगा!"
मी गप्प होतो. परत तीच म्हणाली,
"सुख म्हणजे स्वप्न. दुसरं काही नाही. जे मिळालेलं नाही ते मिळालं आहे अशी कल्पना करायची आणि स्वत:ला त्यात विसरायचं."
"म्हणजे? मी नाही समजलो."

''तेवढं अवघड नाही. रस्त्यावरून चालणारे लोक आपण मोटारवाले झाल्याची स्वप्नं पाहातात. त्या कल्पनेत ते खूष असतात. विवाहित माणूस स्वत:ला अधुनमधून ब्रह्मचारी समजतो. बेकार स्वत:ला मोठी नोकरी लागल्याची कल्पना करतो आणि ...''

''आणि काय?''

''काही नाही, काही नाही. मी काहीतरीच बोलले असं समजा.'' असं म्हणून ती एकाएकी रडायला लागली. तेही गाडीत. आणि मग तितक्याच अकल्पितपणे गाडी थांबताच मधेच सँढर्स्ट रोडला उतरून चालायला लागली. ऑफिस सोडून मी तिच्यामागे जाऊ शकत नव्हतो.

दुपारी मृणालिनीची आठवण झाली. तिला फोन करावा म्हणून मी फोनजवळ गेलो. आणि मग लक्षात आलं की, त्या दिवशी हेडक्लार्कवर बोलण्याच्या नादात मृणालिनीनं ऑफिसचंही नाव सांगितलं नव्हतं आणि फोनही दिला नव्हता.

दुसरे दिवशी मृणालिनी भेटली. आदल्या दिवशीची ओळख मी दिली नाही. ती जरा नर्व्हसच होती. पण बोलायला सुरुवात तिनेच केली.

''नोकरी म्हटलं की, किती प्रॉब्लेम्स असतात!''

''कसे?''

''आमच्या ग्रेड्स आता रिव्हाइज होणार. पाच रुपये वाढ होणार.''

''मग प्रॉब्लेम कसला?''

''आम्ही संपावर गेलो तरच ही वाढ मिळणार. मला स्वत:ला संप वगैरे आवडत नाहीत. शांततेच्या मार्गाने मिळेल ते खरं. नोकरीवरून काढलं तर काय करायचं?''

''सगळे संपावर गेले तर तुम्हांला कसली आलीय भीती?''

''त्याचा काय नेम! मला हे ऑफिस आवडतं! साहेबांचं माझ्याविषयी मत चांगलं आहे. मी काम पेंडिंग ठेवत नाही. संपात मी पण सामील झाले तर, त्यांचा माझ्याबद्दल वाईट ग्रह होईल. मला ते व्हायला नकोय्. तेवढ्यासाठी मी ओव्हरटाईम करते. संध्याकाळी ऑफिस सुटल्यावरही थांबते केव्हा केव्हा.''

''तुम्ही नाईलाज झाला म्हणूनच संपावर गेलात, हे साहेबाला समजेल तुमच्या.''

''पाहायचं बाई, आता काय होतं ते.'' मृणालिनी धास्तावली होती.

''काही होत नाही. तुमच्या नोकरीला धोका नाही एवढं नक्की.''

"मला बाई तेवढंच हवंय."

"तुम्हांला गाठायचं म्हणून अगदी धावत आले." मृणालिनी धापा टाकीत म्हणाली.
संध्याकाळच्या गाडीला ती मला प्रथमच भेटत होती.
"पगार वाढला? पार्टी वगैरे देताय का?"
"पार्टी उद्या देईन. अगदी नक्की. आपण बाहेर जेवू. आमच्या आईलाही धावपळ करीत स्वयंपाक करायला नको. माझं काम निराळं होतं. देऊ का त्रास तुम्हांला?"
"जरूर!"
"माझ्या घरी जाल?"
"जाईन."
"थँक्स."
"पण पुढे काय?"
"काही नाही. आज तीस तारीख. आज आमचा 'पे' डे! मला घरी यायला खूप उशीर होईल एवढंच सांगायचं. हा घ्या पत्ता."
पत्ता काळजीपूर्वक वाचून मी विचारलं,
"परस्पर पिक्चरचा बेत दिसतोय."
"छे बाई! ऑफिसचंच काम."
"बरं मग जाईन."
"तुमचे किती आभार मानू!"
"नुसत्या आभारावरच भागवणार का? उद्या पार्टी द्या म्हणजे झालं."
"ऑल राईट, जरूर. गुडनाईट!"
"गुडनाईट!"

दार मृणालिनीच्या वडिलांनीच उघडलं.
"कोण हवंय्?"
"मी आपल्या मुलीचा, मृणालिनीचा निरोप घेऊन आलोय."
"या. या. आत या."
मी खुर्चीवर स्थानापन्न होईतो, देवधरांनी चहा ठेवायला सांगितला.
"चहा कशाला आत्ता?" – मी संकोचलो.
"घ्या हो. प्रथमच येताय घरी." – माझ्यासमोर बसत ते म्हणाले.
"मृणालिनीनं सांगितलंय..."

''घरी यायला उशीर होईल खूप, असंच ना?''
''माझ्याआधी कुणीतरी येऊन निरोप दिला का?'' – मी नवलानं विचारलं.
''नाही. आमच्या ते आता परिचयाचं झालं आहे. गेले तीन-चार महिने....म्हणजे आज नोकरीला लागल्यापासून असा उशीर होतोय.''
''हो का! नवल आहे! पगाराच्या दिवशी थोडं लवकरच घरी यायला मिळतं इतरांना.''
''नाही पण तिला उशीर होतो. पार अगदी मी झोपल्यावर साडेनऊ-दहा वाजता येते.''
''खरं म्हणजे एवढ्या उशिरा, रात्रीचं – तेही पगार घेऊन मुलीनं एकटीनं येणं बरं नाही. आपण ऑफिसात तक्रार नाही केलीत?''
माझ्या ह्या प्रश्नाने देवधर फार अस्वस्थ झाले. तरी स्वत:वर ताबा ठेवीत त्यांनी विचारलं,
''तुमची तिची ओळख कशी झाली?''
''मृणालिनी धावती गाडी पकडत होती तेव्हा मी तिला सांवरलं. तेही मला एकदा तुमच्या कानावर घालायचं होतं. तिला एकदा सांगा की, स्वत:च्या जीवापेक्षा नोकरी जास्त नाही.''
देवधर विलक्षण अर्थानं हसले.
''का हसलात?''
''तुम्हाला सांगतोच आता. मृणालिनी बेकार आहे आमची.''
खुर्चीवरून ताडकन् उठत मी विचारलं, ''म्हणजे?''
''होय. तिला कुठंही नोकरी नाही. गेली पाच वर्षं ती प्रयत्न करीत आहे. एक ट्रॅजेडीच आहे ती! गेले तीन-चार महिने तिच्या डोक्यावर परिणाम झाला आहे.''
''शक्यच नाही.'' मी अनवधानाने ओरडलो. डोळ्यातलं पाणी न पुसता देवधर म्हणाले,
''दुर्दैवाने ते खरं आहे. वास्तविक मृणालिनीला नोकरी हवी असं नाही. पण तिला आपलं वाटतं, बापाला मदत करावी. मी तिला चेष्टेनं 'माझा मुलगाच आहेस तू' म्हणायचो. तेव्हापासून तिनं नोकरीचं एक वेडच घेतलंय्.''
''गेला महिनाभर तिनं मला ऑफिसातल्या...''
''अगदी खूप अडचणी सांगितल्या ना? - हेडक्लार्क, ओव्हरटाईम, संप, लेटमार्क... सगळं ना?''
''हो. हेच सगळं.''
''कारकुनी जीवनातली सगळी सुखदु:खं न अनुभवता आत्मसात केलीत तिनं, त्यात ती रमून गेली आहे पार! तुम्हाला तिनं हे सगळं ऐकवलं असेल पण

ऑफिसचं नाव, फोन नंबर दिला नसेल...होय ना?''
मी मान हलवली. गहिवरल्या स्वरात ते सांगू लागले,
''पहिला महिना मला पत्ता लागला नाही. ऑफिसातल्या बारीक-सारीक गोष्टी मात्र ती इतक्या सांगत होती...बसते कुठे, पंखा किती दूर आहे, खिडकीतून पुरेसा उजेड कसा येत नाही, टाईपरायटरची रिबीन वारंवार अडकते, मस्टर क्लार्क कसा खडूस आहे – आणखी कितीतरी! सगळी स्वप्नं, सगळी स्वप्नं! पहिल्या पगाराच्या वेळी समजलं; पण मी आणि ही गप्प आहोत. तिला त्या कल्पनेतल्या दुनियेतून बाहेर आणावंसंच वाटत नाही.''
''पण बोलण्या-चालण्यात शंकाही येत नाही...'' मी अगदी भांबावून विचारलं.
''येते. अगदी क्वचित्. केव्हा केव्हा ओळखच दाखवीत नाही. माझ्याशी पण अनोळख्यासारखी वागते. पण परत दुसऱ्या दिवशी नेहमीप्रमाणे. काय सांगू तुम्हाला! फार भाबडी पोर आहे; आणि केवढा मनावर परिणाम करवून घेतलाय पाहा.''
''तिला नोकरी नसल्याचं तुम्हाला समजल्याचं तुम्ही दर्शवलंत?''
''नाही हो. त्या तिच्या भावनेला धक्काच लावावासा वाटत नाही, आणि तुम्हीही भासवू नका. अजून ती केव्हा केव्हा घरी आल्यावर म्हणते, ''आई, काम फार होतं. पिट्टा पडला अगदी. दहा मिनिटं पडते आणि मग येते बोलायला.''
– कधी न जेवता लवकर जाते कामावर. परवा, रेल्वेचं नवीन टाईमटेबल आणलं. फास्ट लोकल्सखाली लाल खुणा करून ठेवल्या. आता पावसाळा आला, चपलांचा जादा जोड ऑफिसात ठेवला पाहिजे म्हणत होती. पावसाळ्यात, ऑफिसच्या दृष्टीने छत्री बरी का रेनकोट बरा, ह्याच्यावरच चार दिवस विचार करीत होती. सांगा, आता ह्या भावविश्वातून तिला जाग आणून मी काय मिळवू? साडेदहा ते साडेपाच रोज काय करतेस? हा प्रश्न असंख्य वेळा जिभेवर आला. पण गिळला तसाच. कारण ती पटकन् म्हणेल,
''काहीतरी काय विचारता बाबा? मी ऑफिसातच असणार. त्याशिवाय का पगार मिळतो?''
''आणि आज?'' – मी अगदी बिथरून विचारलं. डोळे पुसत देवधर म्हणाले,
''म्हणूनच मी झोपल्यावर ती घरी येणार. नेहमीच्या वेळेला तिला येववत नाही. पण उद्यापासून नेहमीचं राज्य. कामावर जाताना हिला ओरडून सांगेल,
'पगाराचं पाकीट गादीखाली ठेवलंय्. त्यातले सगळे पैसे तुमचे. फक्त रेल्वेच्या पासाचे पैसे बाजूला ठेवा...'

नरमादी

'शहाण्या माणसानं कोर्टाची पायरी चढू नये' - म्हणतात; पण वकिलाच्या घरची पायरी चढायला काहीच हरकत नाही. वकिलाकडेही जाऊ नये असं सांगितल्याचा दाखला काही गोखल्यांना मिळाला नव्हता! पण वेटिंगरूममधली ती गर्दी पाहून गोखल्यांना दहा वेळा वाटलं, वकिलाकडेही शहाण्या माणसानं येऊ नये. ही इथं जमलेली माणसं काही आख्खा जन्म भांडतच बसतात का? - ह्यांना दुसरा व्यवसाय नाही का? आधी स्वत: एकमेकांत भांडायचं आणि मग भांडायचंच शिक्षण घेतलेल्या वकिलांना एकमेकांत भांडायला लावायचं! कायद्यानं, एखाद्या न्यायाधिशासमोर भांडलं तर ती म्हणे वकिली आणि बाहेर एकमेकांची टाळकी फोडली तर तो गुन्हा!

खरेवकिलांचे चार असिस्टंटस् बाहेरच्या हॉलमध्ये बसले होते. आपापल्या क्लायंट्सबरोबर चर्चा करीत होते. पलीकडे दोन टायपिस्ट इकडेतिकडे न बघता आपली बोटं भराभर चालवीत होते. मधूनच खऱ्यांचा फोन यायचा आतून. तसा फोन आला की, गोखले आशेनं त्याच्याकडे बघत. फोन खाली ठेवत. मग खऱ्यांचा असिस्टंट म्हणे, ''आधी अपॉइन्टमेण्ट घेतल्याखेरीज तुम्हाला खरेसाहेब भेटणार नाहीत.''

''माझं फार महत्त्वाचं काम आहे हो, मला आज भेटायलाच हवं.''

''तुमची केस अगोदर मला सांगा. केसपेपर्स, डॉक्युमेंट्स काही असतील ती दाखवा. इथली कामाची पद्धत अशीच आहे.''

''अहो, मघापासून मी तुम्हाला तेच सांगतोय, कोर्टाच्या, कायद्याच्या कोणत्याही कामाला मी आलेलो नाही. ज्या गोष्टीशी खरेसाहेबांचा फार जवळचा संबंध आहे अशी गोष्ट त्यांच्या फक्त कानावर घालण्यासाठी आलो होतो. बाब नाजूक आहे, घरचीच आहे, पण ती घरी बोलता यायची नाही.''

गोखल्यांनी अगदी पिळवटलेल्या शब्दांत सांगितलं. तरी तो गृहस्थ भीत होता.

तो म्हणाला, ''मी तुम्हाला तसंच सोडलं तर साहेब भडकतील.''
''तुमच्या हाताशी फोन आहे, त्यांना फक्त विचाराल तर खरं?''
– खऱ्यांच्या असिस्टंटनं फोन उचलला; आणि जणू काही परवानगी मिळालीच आहे हे गृहीत धरून गोखले आत जाण्याच्या तयारीनं उभे राहिले.
''फक्त दहाच मिनिटं तुम्हाला मिळतील.'' फोन खाली ठेवत त्यानं सांगितलं.
गोखले लगबगीनं उठले. झुलत्या दरवाज्याला धक्का देऊन आत गेले.
खरेसाहेबांची खोली एअरकंडिशण्ड होती. एक गार वाऱ्याची झुळूक...लाट गोखल्यांच्या सर्वांगावरून थेट टाचेपर्यंत गेली. अंगावरून मोराचं पीस फिरवल्याप्रमाणं वाटलं. त्यांच्या चित्तवृत्ती उल्हसित झाल्या. ते जर खोलीत एकटेच असते तर, एखादी गाण्याची ओळही ते गुणगुणले असते. तीन बाय सातच्या दरवाज्यापलीकडे माणसं - 'हुश् हुश् ' करीत घाम पुसत होती.
केवळ मधली चौकट ओलांडायचा अवकाश! किती प्रसन्न, काय सौख्य!
- आणि गोखल्यांना एकदम जाणवलं, एअरकंडिशण्ड रूममधेही उकडावं, घामाच्या धारा फुटाव्यात, अशी बातमी आपण आता खरेवकिलांना सांगणार आहोत. खरेवकील प्रथम चपापतील, निरुत्तर होतील, वकिलीचा पेशा असूनही मुद्दे विसरतील. मुद्द्यावरचं बोलणं राहिलं की, माणूस गुद्द्यावर येतो.
खरेवकील पिसाळतील, आपल्याला हाकलून देतील. तेही साहजिकच ठरावं!
असली बातमी ऐकल्यावर कोण शांत राहील?
वास्तविक आपण आपला वेळ मोडून हे काम करायलाच हवं असं मुळीच नाही. लागेना का च्यायला कुणीही कुणाच्याही मागं! – आपली बायको तर आहे ना – 'इन्टॅक्ट' – पण नाही. एवढा आप्पलपोटा विचार करून कसं चालेल? – कायद्याचं वाटप करणाऱ्या गृहस्थाच्या घरी एवढी बेकायदेशीर गोष्ट बरी नाही. त्यातूनही विद्याकुमारच्या प्रेमात एखादी नाटकातील बाईच पडली असती तर ते योग्य होतं. नाटकातले प्रेमाचे प्रसंग रंगवून रंगवून, खऱ्या प्रेमाचे रंग चढण्यात काही गैर नव्हतं. पण एका गरती, – समाजात प्रतिष्ठा मिळविलेल्या नवऱ्याच्या बायकोनं नटाच्या मागे लागावं ? – तोबा तोबा!
– न्यायदेवता आंधळी आहे कबूल, पण खऱ्यांसारखा वकील डोळसच हवा!
''ही एवढी माणसं बसली आहेत आत. एवढीच माणसं बाहेरही असतील.
तुमचं काम चटकन् सांगा.'' – डोळ्यांवरचा चष्मा काढीत खरे म्हणाले.
स्वत:च्याच विचारांच्या तंद्रीत असलेले गोखले भानावर आले. त्यांनी सर्वत्र नजर फिरवली. छे, एवढ्या मंडळींसमोर कसं बोलायचं ? बाब नाजूक, खऱ्यांच्या बायकोचीच. छे, छे!

''बसा बसा, उभे काय राहिलात?' खरे म्हणाले.
गोखले बसले. उंदराचा पिंजरा मांजरापुढे धरला तर, पिंजऱ्यातल्या पिंजऱ्यात उंदीर जसा भेदरून जाईल, तसे गोखले...
''तुम्ही खरोखरच दहा मिनिटात आटपणार असाल तर ह्या सगळ्यांना बाहेर थांबायला सांगतो.'' खऱ्यांनी सुचवलं; आणि गोखल्यांच्या अनुमोदनाची वाट न बघता त्यांनी अर्थपूर्ण नजरेनं सर्वत्र पाहिलं. समंजस 'जनता' बाहेर गेली.
''आपलं नाव?'' – चष्मा नाकावर चढवीत खऱ्यांनी विचारलं.
''गो...गोखले.''
''गोखले? – मी तुम्हांला कुठंतरी पाहिलंय मागं.''
''नाटकाला वगैरे पाहिलं असेल.'' – पुढच्या मुद्द्याला सूत्र मिळावं म्हणून गोखल्यांनी मुद्दाम उल्लेख केला. -
''करेक्ट! तुम्हाला नाटकाची आवड...''
''माझा भाऊच कामं करतो नाटकातून. विद्याकुमार...''
''तो भाऊ का तुमचा? वा, कामं छान करतो, गातोही बरा.''
''हूं'' – गोखल्यांनी एक रुक्ष हुंकार सोडला...तोही मुद्दाम.
''बंधूंचा व्यवसाय तुम्हाला आवडत नाहीसा दिसतोय्?''
''व्यवसाय आवडतो. शुद्ध स्वरूपात केलेला कोणताच व्यवसाय वाईट नसतो. त्याच्या अनुषंगानं येणाऱ्या गोष्टी घातक असतात.''
''फॉर एक्झाम्पल्?'' – खऱ्यांनी शांतपणे विचारलं. गोखले बोलण्याच्या फॉर्ममध्ये आले आहेत, हे त्या वकिलानं हेरलं होतं. ह्याउलट, आपल्याला - आपण वकील नसतानाही– विषयाचं योग्य सूत्र सापडलं आहे, ह्याची गोखल्यांना जाणीव झाली होती. पुढचा प्रवास निश्चित होता. खऱ्यांकडे पाहात ते म्हणाले,
''फॉर एक्झाम्पल् म्हणजे भानगडी.''
''नट म्हटल्यावर ते अटळ आहे.''
''हो, पण त्या त्यांच्या त्यांच्यात राहू देत की, घरंदाज माणसांनी त्यात का गुंतावं?''
खऱ्यांनी परत विचारलं, ''फॉर एक्झाम्पल्?''
''आमच्या विद्याकुमारचंच पाहा. चांगल्या घरंदाज बायका त्याच्यामागे आहेत.''
''एकूण किती?''
''न...नाही...तसं नाही. म्हणजे अगदी ताफा नाही, एकच तर आहे.''
''कोण ती?'' – खऱ्यांनी रोखठोक स्वरात विचारलं. जिथं हमखास ठेच लागणार होती त्याच शब्दाला गोखले ठेचकाळले.

"दिसायला सुंदर आहे?" - संथ स्वरात दुसरा प्रश्न. गोखल्यांना जाणवत होता तो संथपणा. त्यात एक विशिष्ट हुकुमत होती. खऱ्यांच्या तोंडून येणारा प्रत्येक शब्द ओल्या 'प्लॅस्टर ऑफ पॅरिस'सारखा होता. खऱ्यांनी त्या शब्दांना घाट दिला की दिला. नंतर तो शब्द प्लॅस्टरप्रमाणे फुटेल पण बदलायचा नाही. "अप्रतिम, म्हणजे चित्र, नाही - शिल्पच एखादं." - गोखल्यांना उपमा आठवेना.

"तुम्हाला हेवा वाटतो का?"

"कसला?"

"तुमच्या भावाचा!"

"भलतंच काय काहीतरी बोलता?"

"मग तुम्ही मला का सांगायला आलात? प्रेमावर चालणारा कायदा निघाला नाही अजून. मी काय करणार ह्यात?"

"तुम्हीच करायला हवंत काही. कारण ह्या प्रकाराशी..."

गोखले अडखळले.

"बोला, बोला..."

"कारण..."

"हं, पुढे."

"तुमचा जवळचा संबंध आहे. म्हणजे...कसं सांगू?..." एवढं बोलून लहान मूल मनाचा हिय्या करून जसा औषधाचा डोस एका दमात घेतं, तसे गोखले एकदम म्हणाले, "आपल्या पत्नीच विद्याकुमारकडे येतात."

- घाम फुटायचा खऱ्यांना; पण निथळले गोखलेच! खऱ्यांनी शांतपणे विचारलं,

"असं? ब ऽ ऽ रं! बरं मग? पुढं काय?"

"नाही, म्हणजे तसं काही नाही. हे बरं वाटलं नाही म्हणून आपलं..."

"समजलो, समजलो. तुम्हाला हेवा वाटणं साहजिक आहे."

"हेवा? मला? काय म्हणून?"

"एवढी सुंदर, चित्र, नव्हे–शिल्प–अशी बायको, य:कश्चित् नटावर भाळते...आपल्याला सोडून...हेवा करण्यासारखीच बाब नाही का?"

"आपण असं काय म्हणता?" - गोखले पुरते गडबडले.

"त्याचं असं आहे, अशा प्रकारांची जेव्हा चर्चा होते किंवा गोष्टी जेव्हा योग्य त्या माणसापर्यंत पोचवल्या जातात, तेव्हा त्याच्या मुळाशी काय असतं? – अशी भानगड अजिबात नसावी ह्या सदिच्छेपेक्षाही, ती आपल्या बाबतीत असावी हीच सुप्त इच्छा असते. म्हणून म्हटलं, आमची बायको आपल्याऐवजी

आपल्या बंधूंकडे जाते, ह्याचा तुम्हाला मत्सर वाटतो काय!''

''नॉन्सेन्स'' – गोखले ताडकन् म्हणाले.

''नवल आहे मग. एवढ्या सुंदर स्त्रीचा सहवास आपल्यालाही घडावा असं वाटत नाही तुम्हाला? तुम्ही 'पुरुषच' आहात ना?''

गोखले ताडकन् उभे राहिले. रागारागानं ते म्हणाले, ''येतो मी. तुमच्याकडून मी सभ्यतेची अपेक्षा केली होती. एवढं नाव कमावलेला गृहस्थ, प्रतिष्ठा पावलेली बडी असामी, अशा मोठ्या माणसाघरी असं काही घडू नये, असं वाटलं म्हणून आलो होतो. सदिच्छा अनाठायी ठरली पण! येतो मी.''

गोखले दरवाज्याकडे वळले. बसल्या बसल्याच खरे म्हणाले,

''मिस्टर गोखले, बसा. Don't get disappointed बसा.''

गोखले परतले. खुर्चीत बसता बसता ते म्हणाले,

''तुम्ही खूप भडकाल अशी कल्पना होती माझी.''

''इथं तुमच्यावर भडकून काय करू? जिथं, ज्या व्यक्तीवर भडकायला हवं, त्याच व्यक्तीवर भडकायला नको का?''

''तुम्हाला...म्हणजे हे माहीत असलं पाहिजे.'' गोखले नर्व्हस् होत म्हणाले.

''असं आहे त्याचं, मला जर हे न कळण्याइतका मी तेवढा बुद्दू असलो, तर बायकोच्या ह्या ट्रीटमेंटला मी लायकच आहे, नाही का?''

''माहीत असून तरी काय उपयोग झाला? मघाशी आपण एक असभ्य प्रश्न विचारलात. मी विचारतो आता आपल्याला, आपण 'पुरुषच' आहात ना?''

''काय करू पण?''

''वकीलसाहेब, काहीतरी करायला हवं. आपल्यासारख्या थोरामोठ्यांच्या बायका असं वागतात, समाज आपल्याकडे बोटं दाखवत असाच बेजबाबदार होतो. आमच्यासारख्या सामान्यांचं ठीक आहे. आमचं काहीही खपतं, पण मोठ्यांच्या साध्या हालचालींना पण वजन असतं. तेवढ्यासाठी तरी...''

''मिस्टर गोखले, समाजाचं सांगू नका. दिवसातले सोळा तास मी त्यात वावरतो. बाहेर बसलेल्या चाळीस लोकांत पस्तीस जणांच्या ह्या असल्याच भानगडी आहेत, तेव्हा त्यात काही अर्थ नाही. कोणी कुणाला घडवू म्हटल्यानं घडवत नाही आणि बिघडवू म्हटल्यानं तसंही करू शकत नाही.''

एक तऱ्हेची चमत्कारिक शांतता तिथं पसरली. खरे गोखल्यांना 'जा' म्हणेनात आणि गोखलेही आपण होऊन 'मी निघतो' म्हणेनात. शेवटी खरे म्हणाले,

''बरं, मग मी आता काय करावं असं तुमचं म्हणणं?''

''आता मीच काय सांगणार? हे काहीतरी चुकतं आहे असं नाही आपल्याला वाटत?''

‘‘मी म्हणालो ‘वाटतं.’ तर मग तुम्ही म्हणणार, ‘बायकोला धाक दाखवा.’ असंच ना? – आता तुम्हीच सांगा, धाक दाखवून असे प्रश्न सुटतात का? – प्रतिबंध करून प्रकरण निवळेल की चिघळेल? – चिघळेल. मग मी वाद करायचे. भांडणं करायची. नाही आवरलं तर मारहाण करायची. पटत नाही म्हणून वेगळं राहायचं – घटस्फोट घ्यायचा, आणि परत समाजानं बोट दाखवीत म्हणायचं, एवढा सल्लागार, मोठा न्यायपंडित, जगातले खटले सोडवतो पण घरातलं ‘खटलं’ ह्याला आवरलं नाही, असंच ना?’’
गोखले गप्प होते. त्यांनी फक्त प्रश्न विचारला होता. अपेक्षा होती उत्तराची; पण आता उलटतपासणी होऊन गोखल्यांनाच उत्तरं द्यायची होती. गोखले म्हणाले,
‘‘आपलं म्हणणं मी खोडून टाकू शकत नाही. पण जे काय चाललं आहे ते का; ह्या गोष्टीचं आपल्याला काहीच वाटत नाही का?’’
‘‘फार वाईट वाटतं असं समजा ठरवलं, तर पुढे काय?’’ –
गोखले वैतागले. हा प्राणी आपल्यालाच काय विचारतो उलट? जसं काही मी दुसऱ्यांच्याच बायकोची भानगड सांगतोय.
‘‘बोला ना?’’ – खरे चष्म्याच्या काचा पुसत म्हणाले.
‘‘वकीलसाहेब, माफ करा. तुम्ही अशा काहीतरी भूमिकेवरून बोलत आहात, आपली मती कुंठित झाली. सतत एअरकंडिशण्ड खोलीत बसून बसून आपलं रक्त थंड झालेलं दिसतंय्.’’
खरे खूप मोठ्यांदा हसले. गोखले पुरते जिरले. हसणं थांबवीत खरे म्हणाले,
‘‘मिस्टर गोखले, मामला एक्झॅक्टली ह्याच्या उलट आहे अशी आपण कल्पना करू. आता सांगा ह्या बाबतीत तुम्ही काय केलं असतंत?’’
‘‘मी बायकोला सरळ केलं असतं. तिचं बाहेरचं स्थान नष्ट केलं असतं.’’
‘‘असं केल्यानं ती तुमच्यात संपूर्णतः रममाण झाली असती असं तुम्हाला म्हणायचं आहे?’’
‘‘अलबत्.’’
‘‘मग तुम्हाला ‘सौख्य’ हा शब्दच समजला नाही. ‘अर्पणभाव’ ह्या प्रकारची साधी तोंडओळखही झालेली नाही तुमची. सौख्य! ही एकच चीज अशी आहे जगात, की जी फक्त दिल्यानेच मिळवता येते.’’
‘‘पण त्यासाठी हा मार्ग?’’
‘‘मार्ग कोणता ते नंतर पाहू. मला एवढंच सांगा, तुम्ही म्हणता त्या उपायानं बायको सर्वस्वी तुमची झाली असती का?’’
गोखल्यांकडे उत्तर नव्हतंच. खरे पुढे म्हणाले, ‘‘ह्याचा अर्थच हा, की

बायकोला मिळत असलेलं सौख्य मी नाहीसं करणार आणि तेवढं करूनही मला हवं असलेलं सौख्य काही मी बायकोकडून मिळवू शकणार नाही. काय, मी म्हणतो ते खरं आहे ना?''

अगदी अभावितपणे गोखल्यांनी मान हलवली.

''म्हणजेच, मी निर्माण काही करू शकणार नाही, पण जे काही आहे ते नष्ट करणार.''

''ह्याचा अर्थ, तुम्हाला हे सगळं सहन होतं असाच घ्यायचा ना?'' – गोखल्यांनी अगतिकतेनं विचारलं.

''सहन होत नसलं तर काय करायचं?''

''छान ! म्हणजे सगळ्यांनी असाच विचार करायचा का?''

''असं आहे, प्रत्येकजण आपापल्या वृत्तीप्रमाणे विचार करतात, हालचाली करतात, सुखावतात किंवा पस्तावतात. बाहेर उठून गेलेले तिघंहीजण सेपरेशन मागण्याकरता आलेले आहेत. त्यांच्या मते 'सेपरेशन' हा तोडगा आहे. पण कशावरून नंतरही ते सुखी होतील? घटस्फोटासाठी धडपडणारी माणसं पण मी पाहतोय आणि घटस्फोट मिळालेली माणसं पण तडफडताना बघतोय, तेव्हा काय अर्थ आहे ह्या सगळ्यात?''

– गोखल्यांमधली सगळी हवाच एव्हाना निघून गेली होती. पडलेल्या स्वरात ते म्हणाले,

''आहे ह्याच परिस्थितीत सुख मानायचं अशी तुम्ही सवय केलेली आहे म्हणायची.''

मिस्किलपणे हसत खरे म्हणाले, ''सवय करावी लागली नाही. मी खरोखरच सुखी आहे.''

''कसे?'' – गोखले पुन्हा उमेदीनं म्हणाले.

''माझी बायको माझ्याशी प्रामाणिक आहे म्हणून.''

''शक्यच नाही.'' गोखले पुन्हा गवसलेल्या आवेशानं बोलू लागले.

''मिस्टर गोखले, माझ्या बायकोशी माझा जास्त निकटचा संबंध आहे तुमच्यापेक्षा. तेव्हा तिची माहिती मलाच जास्त आहे. 'प्रामाणिक' ह्या शब्दाचा तुम्हाला एकच अर्थ, एकाच दिशेनं माहीत आहे. मला अनेक अर्थ माहीत आहेत. आणि त्यातली महत्त्वाची बाब अशी की, वकिलीचा पेशा म्हणून हे अनेक अर्थ मला माहीत आहेत असं नाही, तर एक अगदी सामान्य-माणूस म्हणून हे अर्थ मला समजले. मी तर असंच म्हणेन की, खऱ्या भावना, खरी कृती आणि निसर्गदत्त वृत्ती ह्या अडाणी, अप्रगल्भ माणसाला जेवढ्या समजतात, तेवढ्या तुम्हांआम्हांला समजत नाहीत. शिक्षण मिळवून आपण

शब्दांना वाजवीपेक्षा जास्त तरी महत्त्व देतो, नाहीतर त्याला पूर्ण न्याय तरी देऊ शकत नाही. अडाणी माणसं जे मनात येतं ते दाखवून मोकळे होतात. बायकोला मी म्हणूनच 'प्रामाणिक' म्हणालो.''

गोखल्यांचा संभ्रम वाढत होता.

''ती खरोखरच प्रामाणिक आहे, तिला माझ्याबद्दल अपार आदर आहे. असं दचकून पाहू नका. विद्याकुमारकडे ती जाते; मला समजणार नाही एवढ्या जागरूकतेनं ती जाते-येते. पण तिथून परतून आल्यानंतरचं तिचं स्वरूप काय सांगू? तिची आर्तता कशी शब्दांत सांगू? ती माझ्याशी अत्यंत मार्दवतेनं वागते. माझ्याजवळ येताना तिला भलताच आवेग येतो. तुमच्या बंधूकडे ती जेव्हा जाते, तेव्हा काहीतरी घ्यायला, काहीतरी मिळवायला जाते. आणि मग तेवढ्याच ओढीनं, तेवढ्याच जिव्हाळ्यानं माझ्याजवळ येते. अगदी निकट येते. निर्माण झालेलं अंतर संपवून टाकण्याकरता विलक्षण भावनोत्कटतेनं येते. केवळ देण्यासाठी येते. सगळ्या सोहळ्याचं वर्णन काय सांगू?''

– गोखले बर्फ झाले होते, पण हे काहीतरी नवं होत होतं. आजवर कधीच आकाराला न आलेलं साकार होत होतं. आता खरे, वकील नव्हते, एक सीधेसाधे, भावनेनं हेलावणारे निराळेच कोणीतरी ...खरे, बोलतच होते,

''म्हणून मी तिला प्रामाणिक म्हणतो. काहीतरी निराळं मिळवण्याची आणि तितकंच निराळं देण्याची तिला ओढ आहे. तिचं नंतरचं प्रत्येक आलिंगन, प्रत्येक अणुरेणूचा स्पर्श, प्रत्येक चुंबन ही तिच्या पापाची कबुली असते. अशा प्रत्येक मीलनाच्या क्षणी मी तिला क्षमा करतो; आणि चुकलेल्या वासराला जसं ते मिळाल्यावर चुचकारावं, तसं चुचकारत एका निराळ्या सोहळ्याची मैफल लुटतो. आणि तुम्ही म्हणता बायकोला धाक दाखवा, तिला आवरा. मला ते करून काहीच साधायचं नाही. ज्याच्याजवळ सावरण्याची शक्ती आहे, तो कुणालाही आवरत बसत नाही. आहे ह्याच परिस्थितीत निराळा आनंद आहे, जगावेगळा हिशोब आहे. मला काही माहीत नाही ह्या तिच्या समजुतीतच सगळं ठीक आहे. अजून माझ्या पत्नीमधली 'प्रेयसी' जागी आहे. तिच्यातली प्रेयसी जर संपली, तर खाली काही उरणारच नाही. ही बाहेर बसलेली माणसं अशीच उपेक्षित झाली आहेत. पुरुषाला पत्नी हवीच असते, पण त्याहीपेक्षा त्याचं मन प्रेयसीसाठी भुकेलेलं असतं. बाहेर बसलेल्या माणसांची प्रेयसीच हरवलेली आहे. माझ्या लग्नाला एवढी वर्षं झाली; पण पत्नी अजून प्रेयसी होऊन माझ्याकडे येते, आणि मग त्या त्या वेळी मला 'प्रियकर' बनवण्याचं सामर्थ्य तिच्यात निर्माण होतं, मग त्या वेळी एकच जाणवतं–सगळं खोटं आहे. सुशिक्षितपणाचे कपडे घाला, सुसंस्कृतपणाच्या पगड्या घाला किंवा

प्रतिष्ठितपणाची, समाजातल्या स्थानाची शाल पांघरा, मोठेपणाची झूल अंगावर घ्या, काहीही करा, हे सगळं ढोंग आहे. धूळ फेकणं आहे, शेवटी 'नर' आणि 'मादी' – हेच नातं खरं आहे. तेच खरं घरटं आहे. हे भेदून पलीकडे जाण्याची ताकद कुणातच नाही.'' तेवढ्यात फोन वाजला. रिसीव्हर उचलून घेत खरे म्हणाले,

''फोन घरचाच असणार. पलीकडचा फोन तुम्ही उचला, बायकोचा व माझा डायलॉग तुम्हाला कळेल.''

गोखल्यांनी बसल्या जागीच चुळबूळ केली.

''घ्या ना, खरंच घ्या. माझ्या बोलण्याचा जरा पडताळा तर पाहा.''

गोखल्यांनी फोन उचलला.

''हॅलो...हॅलो...मी बोलते आहे...''

''हां हां, बोल.''

''कामात आहात ना?''

''हो, नेहमीप्रमाणेच.''

''असू दे, कितीही काम असू दे, कितीही क्लायंट्स असू देत, अगदी कुणाच्याही आयुष्याचा प्रश्न असू दे. मी मस्तपैकी पुलाव केलाय् आणि मला एवढंच माहीत आहे की, अर्ध्या तासात माझ्या पंगतीला तुम्ही हवेत.''

पलीकडून फोन खाली ठेवल्याचा आवाज झाला.

''मिस्टर गोखले, आय् ॲम सॉरी; तुम्ही थांबणार असाल तर थांबा, पण मला गेलंच पाहिजे...''

आणि खरे केबिनबाहेर पडले.

अर्थ

अनंतानं घरात पाय ठेवताच उषानं ओळखलं की, 'स्वारी आज बिथरली आहे. रमीत मार खाल्लेला आहे.' – तसंच होतं. अनंतानं बूट भिरकावून दिले. एरव्हीची 'काय राणीसाहेब!' ही हाक त्यानं मारली नाही. शर्ट-पॅण्टही हँगरला न लावता तशीच खुंटीला लटकावीत ठेवली. आणि पुन्हा तो गॅलरीत जाऊन रस्त्यावरची रहदारी, त्रयस्थ होऊन पाहात राहिला. उषा हे सगळं पाहात होती. अनंता आता असाच झोपेपर्यंत राग काढीत राहील, हे तिनं ओळखलं.

रस्त्यावरून जाणारी मुंग्यांसारखी माणसं, फूटपाथवर घसा फोडीत ओरडणारे फेरीवाले, मोटारचे कर्कश हॉर्न्स, ह्या सर्वांवर अनंता आणखीनच चिडेल व घरात येईल, हेही तिला माहीत होतं. आता अनंता नीट जेवणार नाही, अप्पाही कामावरून दमून येतील, त्यांच्याशीही व्यवस्थित बोलणार नाही, हे सगळं आता तिला स्वच्छ दिसत होतं; कळत होतं.

अनंता अजून तसाच बाहेर उभा होता आणि उषा एकीकडे काम करीत असताना त्याचा विचार करीत होती. दुपारी पत्त्याच्या नादात तो जेवला नसणार. कुठं चिवडा खा, भजी खा, अर्ध्या अर्ध्या तासानं चहाच घे, असं करीत मांडी न मोडता तो दिवसभर पत्ते खेळत असणार, वाटत असणार, पिसत असणार! डावामागून डाव, आणि पराजयामागून पराजय! – वाढती ईर्षा, वाढती आशा, आणि वाढता संताप! – आता पोटातही भुकेचा डोंब उसळला असेल. पण चिक्कार हरला असेल. नीट जेवणारही नाही, असे म्हणत म्हणत उषाचं काम चाललं होतं.

– आणि एवढ्यासाठीच उषाला पत्ते डोळ्यासमोर नको असत. अनंताच्या घरी एकदोनच पत्त्याच्या बैठकी झाल्या होत्या आणि तेव्हापासूनच उषाचं डोकं त्या पत्त्यावर भडकलेलं होतं. मग अनंताची तिची अनेक वेळा भांडणं झाली होती. एकमेकांनी एकमेकांशी अबोले धरले होते; पण अनंता खेळायचा थांबला नाही

आणि उषा चिडायची थांबली नाही. सुधारणा एवढीच होती, की पुन्हा अनंताच्या घरात बैठक बसली नाही. अनंताच बाहेर जायचा. त्यालाही उषाची हरकत नव्हती. पण ह्या खेळण्याला काही सीमा? – दिवस दिवस पत्ते खेळायचे? – दुसरं आयुष्यच नाही माणसाला? – जे सकाळी नाहीसं व्हायचं ते हे असं रात्री परतायचं! – पत्त्यात कमवलं तर बायकोशी गोड बोलायचं, नाहीतर ही अशी चिडाचिडी करायची. खरं म्हणजे आज उषाला अनंताशी खूप बोलायचं होतं. सकाळीच तो अप्पांच्याबरोबर हॉलवर गेला होता. अप्पांनी रंगवायला घेतलेला नवीन पडदा कसा झालाय्, केवढा झालाय्, आणखीन किती दिवस ह्या पडद्यावर काम करायचं राहिलंय्, अशा अनेक गोष्टी तिला अनंताला विचारायच्या होत्या! – पण तो हा असा चिडून, डावामागून डाव गमावून आलेला, 'हुप्प' झालेला.

अनंता आत आला आणि विमनस्कपणे स्वयंपाकघरात येऊन बसला. उषाच्या झटपट हालचाली न्याहाळीत राहिला; पण त्या न्याहाळण्यातदेखील त्याचं मन नव्हतं. तिसऱ्या मजल्यावरून रस्त्यातल्या हालचाली पाहिल्या काय किंवा उषाकडे पाहिलं काय! – नजरच हरवते तेव्हा दृश्याला अर्थ राहतोच कुठे? –

"अप्पा अजून नाही आले?" – अनंतानं विचारलं.

उषाला धक्काच बसला. एवढ्यात 'गडी' माणसात कसा काय आला? – तिला काहीतरी ह्यावर हसत हसत, खोचक विचारायचं होतं. पण तिनं ती 'रिस्क' घेतली नाही. पण ह्या प्रश्नाचं सूत्र पकडीत ती म्हणाली,

"अजून नाही आले. सकाळी तुम्ही गेला होतात?"

"गेलो होतो."

"मग?"

"मग काय? यूसलेस् रॉटन प्लेस."

"म्हणजे काय?" – उषानं अर्थबोध न होऊन विचारलं.

"तू ती जागा बघ, म्हणजे कळेल तुला. पाऊल टाकवणार नाही अशी आहे जागा. आणि काम करायचा हॉल आहे चौथ्या मजल्यावर. खडबडी जमीन. पडदा नीट अंथरता येत नाही. पाणी किंवा काही ड्रिंक मागवावं तर एक हॉटेल नाही जवळ..."

"खरं?" – उषाला आश्चर्य आणि खेद वाटला.

"माझ्यासारख्या माणसानं तसली जागा पाहून कामाला नकार दिला असता. बसस्टॉप जवळ नाही, टॅक्सी मिळत नाही...किती अडचणी म्हणून सांगू?" अनंता हळूहळू आवाज चढवत म्हणाला. उषालाही स्वयंपाक सुचेना. तशीच अनंतासमोर बसत ती म्हणाली,

"तुम्ही एकदा कानावर घाला ना प्रभुण्यांच्या! त्यांना विचारा, की ह्या अशा परिस्थितीत अप्पांनी काम कसं करायचं?"
"हे काहीच नाही. ह्या झाल्या केवळ जाण्यायेण्याच्या अडचणी. पण तिथं हाताखाली जो माणूस दिलाय्, त्याला रंग ओळखता येत नाहीत रंग! अप्पांनी त्याला आज माझ्यासमोर विचारलं की, रंग तर लहान मुलाला ओळखता येतात मग तुला रंग कसे कळत नाहीत? – त्यावर तो म्हणाला, 'मी रंगाच्या कारखान्यात कामाला नव्हतो.' – बोल, आता ह्याला तू काय म्हणशील? –"
– चेहरा टाकीत उषा म्हणाली, "काय उपयोग आहे तुमच्यामाझ्या म्हणण्याचा? – आज अप्पा आल्यावर त्यांच्याशीच बोला. त्यांना उद्यापासून कामावर जाऊ द्यायचं नाही. ह्या वयात ही एवढाली कामं करायचं काही अडलेलं नाही. पुन्हा त्याचं चीज नाही ते नाहीच. अजून पैशाचा तर पत्ताच नाही."
"हो, पण अप्पांना कुठं काय त्याचं?"–
"अप्पांना काही नाही म्हणूनच आपण आता जागरूक राहायचं." – उषा ठासून म्हणाली. अनंतानं तेवढ्याच शांतपणे विचारलं,
"जागरूक राहायचं म्हणजे नक्की काय करायचं?–"
"प्रभुण्यांना सरळ जाऊन सांगायचं, की ठरवलेला ॲडव्हान्स हातात आल्याखेरीज अप्पा पुढचं काम करणार नाहीत."
"तुला कल्पना नाही, ते असे बिलंदर लोक आहेत, की मागं मी पैसे मागायला गेलो तर म्हणतात, अप्पांचा काही आग्रह नाही, त्यांचा मुलगाच टुरटुर करतोय."
"तुमच्या तोंडावर म्हणाले?"
"तेवढे निर्लज्ज झाले नाहीत अजून. पण माझ्या कानावर आलं ते."
– उषा उसळून म्हणाली.
"मग त्यांचं काय म्हणणं? – दिवसभर ह्या अशा अडचणीतही पडदे रंगवून आल्यावर अप्पांनीच पैशासाठी खेपा घालाव्यात काय ह्यांच्या घरी? – पैशासाठी आपल्या दाराशी माणूस येतो, ह्याचीच शरम वाटली पाहिजे खरं म्हणजे."
"ती तुम्हाआम्हाला! धंदा करणाऱ्या लोकांना काय त्याचं?" – अनंता म्हणाला.
थोडा वेळ दोघंही गप्प राहिली. मग उषा म्हणाली,
"हा प्रभुणे कोण हो?" –
"चंदनमल ड्रेसवाला–दुकान आहे, तिथला व्यवस्थापक."

“कसलं दुकान आहे ते?”
“नाटक कंपन्यांना लागणाऱ्या सगळ्या वस्तू पुरवणारं दुकान.”
“सगळ्या म्हणजे?”
“म्हणजे एकूण एक...मेकअपचं सामान, कपडे, ऐतिहासिक नाटकासाठी लागणारी सगळी आयुधं, फर्निचर...सगळ्या गोष्टींचा स्टॉक आहे तिथं. त्याची मेकअप् सर्व्हिस पण आहे. यंदापासून ते नाटकाला लागणारे काही ठराविक पडदे पण ठेवणार आहेत.”
“म्हणजे मग पडदे पण भाड्यानं देणार ते?”
“अर्थात्.”
“पडदे कोण घेणार पण?”
“अनेकांना लागतात. शाळा-कॉलेजांची नाटकं होतात, स्पर्धा होतात, गणपतीउत्सव आहे, नवरात्र, शारदोत्सव, ह्या इथं मुंबईत तोटा नाही कशाला. पडद्यांना चिक्कार डिमांड आहे; आणि अप्पांचे पडदे म्हटल्यावर काय! कायम उत्पन्न चंदनवाल्याला!”
– अनंतानं एवढी माहिती पुरवल्यावर तर उषाला आणखीनच राग आला. धुसफुसत ती म्हणाली,
“एवढं मोठं दुकान आहे, मग त्यांना अप्पांचे पैसे वेळेवर द्यायला जमत नाही काय?”
“न जमायला काय झालं? – पण टाळक्यावर कुणी बसलं तरच पैसे द्यायचे, हीच त्यांची रीत असली तर? – अप्पा न बोलता काम करताहेत हे प्रभुण्यांना माहीत आहे. आणि मी आरडाओरडा केला तर लक्ष द्यायचं नाही, हेही त्यांनी ठरवलेलं आहे. हातात घेतलेलं काम अप्पा अर्ध्यावर सोडणार नाहीत, हा अप्पांचा लौकिक त्यांना माहीत आहे.”
“अप्पांच्या प्रामाणिकपणाचा एवढाच अर्थ का?”
“अर्थ काय, अनर्थ काय, ह्या असल्या लोकांना दोन्हीचं सोयरसुतक नसतं. ते आहेत बोलूनचालून निव्वळ व्यापारी! दुकानदार!! गिऱ्हाइकाचा कच्चेपणा कुठं आहे नेमका, हे ओळखण्यात जिंदगी गेली त्यांची. ‘प्रामाणिकपणा’ – ही अप्पांची कच्ची जागा त्यांना सापडली, आता कशाला ते दाद देतील?”
– थोडा वेळ पुन्हा दोघं गप्प राहिली. अनंता परत सुन्न होऊन बसून राहिला. उषा नाइलाजानं परत स्वयंपाकाला लागली. पण तिच्या हालचालीत एक तऱ्हेचा जडपणा आला; परावृत्ती आली. निर्माण झालेल्या परिस्थितीवर आपण मात करू शकत नाही, ह्याची दोघांनाही जाणीव झाली होती.
– अप्पांसारख्या देवमाणसाला, चार बाजारभुणग्यांनी असं त्यांच्या तालावर

नाचायला लावावं, ह्या विचारांनी दोघं घायाळ झाली होती. अगतिक झाली होती.
– हे सगळं जग असंच चोर, व्यवहारी व अप्रामाणिक लोकांनी भरलेलं आहे,
अशी भावना अनंताला प्रकर्षानं झाली. त्याला परत तो सकाळचा हॉल
आठवला. चाळीत पाऊल टाकल्याबरोबर आलेली कुबट घाण आठवली. तो
वेडावाकडा जिना आठवला. हॉलमधली खडबडीत जमीन नजरेसमोर आली;
आणि त्याच वेळेला १६ ×२६ फूट लांबीरुंदीचा अप्पांनी रंगवलेला पडदाही
आठवला. त्या तसल्या गैरसोयींनी भरलेल्या हॉलमध्ये अप्पा स्वत:ला दिवसभर
कोंडून घेतील; ज्याला रंगातला फरकही समजत नाही, रंग ओळखता येत
नाहीत, अशा गड्याशी जमवून घेत-घेत दिवसभर काम करीत राहतील; व
सांगितलेल्या वेळेत पडदा पुरा करतील. शब्द सांभाळण्याची धडपड फक्त
आपण करायची. अप्पांनी करायची आणि तीसुद्धा कुणासाठी? – तर त्या
प्रामाणिकपणाची किंमत ज्यांना अजिबातच नाही, अशांसाठी! ...प्रतिकूल
परिस्थितीत, साधनांवर न विसंबता कष्ट उपसायचे, आणि ज्यांच्यासाठी हे
करायचं त्यांनी ह्याची पर्वा न करता मोटारी
उडवायच्या!...का?...का?...अप्पांसारख्या अविरत कष्ट करणाऱ्या माणसाला,
ही अशीच माणसं का भेटावीत?...हे कसले योग?...सबंध आयुष्याची ही
अशीच चाकोरी का?...कष्ट आणि मोबदला ह्याचं एवढं व्यस्त प्रमाण
का?...आपण, आपली बायको व वडील, किती अगतिक आहोत. ह्या लबाड
जगावर मात करायला किती अपुरे आहोत, ह्याची परत परत जाणीव होऊन
अनंता आणखीन बेभान झाला. त्याच तिरमिरीत तो परत गॅलरीत आला.
...पण विचार त्याला सोडेनात. सकाळपासूनचं त्याला स्वत:चं पत्त्यातलं हरणं
आठवत राहिलं. आज अनंता किती हरला होता ह्याला हिशोबच नव्हता.
प्रत्येक वेळी पुढच्या डावावर भिस्त ठेवीत, अलीकडचा डाव हरायचा!...ह्या
क्रमानं आख्खा दिवस बिघडला होता...
''अहो, अजून अप्पा आले नाहीत, आता काय करायचं?''...
''किती वाजले?'' – भानावर येत अनंतानं विचारलं.
''नऊ वाजायला आले, एवढा उशीर होत नाही कधी त्यांना. तुम्ही आज हॉल
पाहून आलात ते बरं झालं. त्यांना पाहून या.''
...अनंता घरात आला. नवाचे टोले पडतच होते. पुन्हा बाहेर जाण्याच्या
मन:स्थितीत तो नव्हता; पण एवढा उशीर झालेला पाहून त्यालाही स्वस्थ
बसणं अशक्य होतं. कपडे करून जेमतेम तयार होतो न होतो तेवढ्यात,
अप्पांच्या चपलांचा विशिष्ट आवाज कानावर पडला. 'अप्पा आले' – असं
म्हणत उषा गॅलरीत पळालीच.

पायातल्या चपला काढता काढताच अप्पांनी डोक्यावरची टोपी काढून कोटाच्या बाहेरच्या खिशात ठेवली. अनंताला अप्पांचा चेहरा खूप ओढलेला दिसला. अप्पांनी कोट काढून व्यवस्थित खुंटीला अडकवला. अप्पांचा शर्ट संपूर्ण घामानं भिजलेला होता, त्यांच्या पाठीला चिकटला होता. अप्पांनी शर्ट काढला व खिडकीच्या आडव्या गजावर सुकण्यासाठी टाकला आणि धोतराच्या एका टोकानं ते छातीचा घाम पुसत पलंगावर बसले.

– अप्पांशी आज कडकडून भांडायचं, 'तुमचा त्याग आणि कष्ट मातीमोल होत आहेत' – हे त्यांना पटवायचं, असा निश्चय अनंतानं केला होता; पण आता ती उमेद संपली. ज्यांच्याशी भांडायला हवं त्यांच्याशी भांडता येत नाही म्हणून वडिलांनाच बोलायचं, ह्यात अर्थ नव्हता. चार निर्जीव पानांच्यावर ज्याला सत्ता चालवता येत नाही, गंमत म्हणूनही ज्याला डाव जिंकता आले नाहीत, त्यानं काय कुणाला बोलावं?...एका अगतिकानं दुसऱ्या अगतिक माणसासमोर काय म्हणून दंड ठोकून उभं राहायचं?...

जेवणं शांतपणे चालली होती. अनंता काहीतरी विषय काढील म्हणून उषा गप्प होती. अप्पा स्वत:च्याच काळजीत होते. उद्या दुसरा पडदा टाकायला हवा होता. पण अद्यापि मांजरपाट खरेदी केलाच नव्हता प्रभुण्यांनी. दोन दिवस अप्पा निरोप पाठवीत होते. पण पुरा व्हायला आलेला पडदा पहायलाही प्रभुणे आले नव्हते. आता मधे दोन दिवस विनाकारण वाया जाणार होते.

अनंता पानावरून नेहमीपेक्षा लवकर उठलेला अप्पांनी पाहिला. हात धुऊन तो बाहेर गेला तेव्हा, अप्पांनी उषाला खुणेनेच 'काय?' – म्हणून विचारलं. क्षणभर काय सांगायचं म्हणून उषा गडबडली. पण लगेच तिनं स्वत:ला सावरलं. हातानं पत्ते पिसण्याची खूण केली तिनं आणि पाठोपाठ हाताचा अंगठा हालवीत, अनंतानं पैसे घालवल्याची खूण केली. अप्पा नुसते हसले.

जेवण आटोपून बाहेर आलेल्या अप्पांना काहीशा अनिच्छेनंच अनंतानं विचारलं,

"आज एवढा उशीर?"

"पडदा संपवून टाकला."

"सकाळचा ? – आजच्या आज?"

"हो. आज काम झरझर झालं; आणि व्हायला हवंच होतं. १३ तारखेला शारदोत्सवातला नाट्य-महोत्सव सुरू होणार आहे. त्याच्या आत काम संपायला हवं."

– विषय काढायचा नव्हताच; पण एकदा निघाल्यावर अनंता हळूहळू तापायला लागला. तो म्हणाला,

"ह्याची जबाबदारी प्रभुण्यांवर आहे."

“त्यांच्यावर कशी? – आपलं काम संपायला हवं.”
“हो, पण त्यांनी कामाची व्यवस्था नीट नको करायला?... तुम्हाला को-ऑपरेशन नको द्यायला? – तो हॉल दिलाय, तो हॉल आहे?– पाऊल तरी टाकवतं का?– तुम्हाला काम सुचतं त्या जागेत?”–
अप्पा शांतपणे म्हणाले, “एकदा हातात ब्रश घेतला, की लक्ष कशाला जातंय इकडे तिकडे?”
– उषा बाहेर येत म्हणाली,
“ते ह्या लोकांनी ओळखलंय. तुम्हाला एकदा पकडलं की काम थोडक्यात बिनबोभाट, हव्या त्या दिवशी मिळणार ह्याची त्यांना खात्री आहे!”
“करेक्ट! म्हणून ते पर्वाही करत नाहीत. निरोप पाठवले तरी येत नाहीत. काम त्यांचं आणि तरी त्यांना त्याची चिंता नाही. ते काही नाही अप्पा. दुसरा पडदा सुरूच करू नका उद्या. नाक दाबल्याशिवाय तोंड उघडत नाही. हाच व्यवहार होतोय जगात. तुम्ही सगळे पडदे त्यांच्या स्वाधीन केलेत, की तुम्हाला ते विचारणार नाहीत. त्यांना अडवायची हीच वेळ आहे–झालेल्या कामाचे पैसै पाठवा; मगच पुढचं काम होईल ह्याची त्यांना सरळ जाणीव द्या.”
– निग्रह करून अनंता म्हणाला. त्या दोघांकडे बघत अप्पा नुसते हसत होते.
“अप्पा, हसताय काय? – ते लोक तुम्हाला सरळ सरळ फसवताहेत.”
“अरे, देतील पैसे सावकाश.”
“सावकाश? – का म्हणून? – तुम्ही त्यांना सगळे पडदे ठरलेल्या दिवसाच्या आत द्यायचे आणि त्यांनी मात्र त्याचे पैसे जेव्हा आपल्याला हवेत तेव्हा द्यायचे नाहीत! – ते तुम्हाला सरळ सरळ फसवतात.”
– अप्पा एकाएकी हसायला लागले. उषा व अनंत पाहात राहिले. अप्पांचं हसणं थांबत नव्हतं. हसून हसून त्यांच्या डोळ्यातून पाणी यायला लागलं. धोतरानं डोळ्याचे कोपरे पुसत अप्पांनी अनंताला विचारलं,
“कोण कुणाला फसवतोय?”
“म्हणजे काय?”
“अरे, ह्या प्रकारात मी फसत नाही. ते लोक स्वत:च फसताहेत. समज, त्यांनी मला पैशात बुडवलं तर ह्यात कोण फसेल?”
“आपणच नाही का?”
“साफ चूक. हातात पडलेले पैसेच मी स्वत:चे मानत आलोय. करार-लेखी करूनदेखील बुडवणारे भेटत नाहीत का? तेव्हा त्यात अर्थ नाही. एवढ्यासाठी मी आयुष्यात कुणाशीही लेखी करार केला नाही. माणूस फसतो केव्हा? दुसऱ्याच्या हातातले पैसे स्वत:चे समजून चालतो तेव्हा फसतो. न मिळालेल्या

पैशाबद्दल मी झुरत बसलो असतो तर, एवढी वाटचाल झालीच नसती. बुडालेल्या पैशाचे धक्के मी मनावर घेतले असते, तर बरबाद झालो असतो...तर मी स्वत:ला 'फसलो' म्हणालो असतो. पण इथं त्याचा खेदच नाही; तेव्हा मला बुडवणारेच फसतात की नाही?''

उषा व अनंता ह्या विचित्र तत्त्वज्ञानानं बुचकळ्यात पडली होती. कोण खरोखरच फसतंय ह्याचा दोघांनाही उलगडा होत नव्हता. अप्पांनी तेवढ्यात विचारलं,

''माणसाला आयुष्यात आनंद हवा असतो; का पैसा?''

– अनंता पटकन् म्हणाला,

''आनंदानं जगण्यासाठी पैसा हवा असतो'' – स्वत:च्या उत्तरावर खूष होऊन अनंतानं उषाकडे पाहिलं. तेवढ्यात अप्पा म्हणाले,

''चुकलास. साफ चुकलास.''

''कसा?''– अनंतानं चमकून विचारलं.

''तू पत्त्यामध्ये आज किती हरलास?'' अप्पांनी विचारलं.

– गाडी एकदम ह्या वळणावर येईल ह्याची अनंताला कल्पनाच नव्हती. चेहरा टाकीत तो म्हणाला,

''खूप.''

''काय वाटलं तेव्हा?''

मधेच उषा म्हणाली, ''ते मला विचारा.''

''सांग.''

''चपला भिरकाव्याशा वाटतात, कपडे फेकावेसे वाटतात, अर्ध्या पानावरून उठावंसं वाटतं...''

तेवढ्यात अनंता ओरडला, ''मुळीच नाही.''

– अप्पा हसत म्हणाले, ''मला माहीत आहे ना पण.''

अनंतानं परत चेहरा टाकला.

अप्पा म्हणाले,

''म्हणूनच मी तुला दोष देत नाही. तू मला अव्यवहारी म्हणतोस त्याचा मला राग येत नाही. मला बुडवणाऱ्या लोकांवर तू जळफळतोस त्याचंही मला काही वाटत नाही. कारण तुला माझं जीवनच समजलं नाही. मी पैसा नाही कमवू शकलो आयुष्यात; पण आनंद मात्र खूप मिळवला. मला बुडवणाऱ्या लोकांनीही मला खूप आनंद दिला. माझ्या त्या कमाईवर त्यांना वाटा मागता आला नाही ह्याचंच मला वाईट वाटतं उलट. तुला एक सांगू?''...अप्पा थांबले.

अभावितपणे अनंत म्हणाला,
''सांगा.''
''माणूस केव्हा फसतो ते सांगू?...ऐक. आपल्याला काय मिळवायचं होतं हे जेव्हा माणसाला समजत नाही, तेव्हा तो फसलेला असतो. आणि एवढ्याचसाठी तू उद्यापासून पत्ते खेळायला जात जाऊ नकोस. कारण पैसे लावून खेळताना, पैसे मिळवणं हा हेतूच होऊ शकत नाही. तिथं मिळवायची असते ती धुंदी. गमावण्यातही एक कैफ उपभोगायचा असतो; ते वातावरण चाखायचं असतं, स्वत:च्या मालकीचं तेवढंच असतं
– आणि थोड्याफार फरकानं हेच असतं सगळीकडे. हातात ब्रश आणि रंग आले की, मला विश्वाचा विसर पडतो. तहानभूक हरपते. त्या राज्यात मग दुर्गंधीला जागा नाही, फसवाफसवीला थारा नाही; उपेक्षा नावाची वस्तूच अस्तित्वात राहू शकत नाही. म्हणूनच मी आजवर कोणत्याही व्यवहारात फसलोच नाही. मला जे मिळवायचं ते मी अव्याहत मिळवत आलोय्. 'मला फसवायला मिळालं' – ह्या धुंदीत अनेक असतीलही. पण मी मात्र मनापासून म्हणतो, ज्याला काय मिळवायचं हे समजलंय् तो कुठेच फसत नाही; म्हणूनच ह्या जगात व्यवहारी लोकांचंही चाललंय् आणि माझ्यासारख्यांचंही चांगलं चाललंय्. मला तसा फसवणारा अजून जन्माला यायचाय्.'
– अप्पा धुंदीत येऊन बोलत होते. उषा आणि अनंता ऐकत होते; पण त्या दोघांनाही अर्थबोध होत नव्हता. कानावर अप्पांचे शब्द येत होते. पण त्यातला अर्थ पोहोचत नव्हता.

विश्वास

चहाचा कप तोंडाला लावणार एवढ्यात अर्धवट लोटलेल्या दरवाजावर टक् टक् आवाज झाला.

''कोण आहे?'' – मी बसल्याबसल्याच विचारलं.

''आत येऊ का?'' – असा प्रश्न विचारता विचारताच एक अनोळखी गृहस्थ आत आला. चहाचा कप तसाच टेबलावर ठेवीत मी म्हणालो,

''या. बसा.''

समोरच्या खुर्चीवर तो संकोचत बसला. बसल्यावर त्यानं मला अघळपघळ नमस्कार केला.

''आपली माझी ओळख नाही.'' त्यानं सुरुवात केली.

''हरकत नाही. काम तर सांगा.'' – त्याचा संकोच कमी व्हावा म्हणून मी हसत म्हणालो.

तो थोडा सावरला. त्याच्या नजरेतला नवखेपणाचा भाव कमी झाला. नजर!

एखाद्या बाईप्रमाणे त्याची नजर अगदी भाबडी होती. त्या त्याच्या भाबड्या नजरेमुळेच मला त्याच्याबद्दल कुतूहल वाटायला लागलं. वयानं पंचविशीच्या आसपास, शरीर कमावलेलं. त्या कमावलेल्या शरीराला त्याचे ते भाबडे डोळे मात्र साफ शोभत नव्हते, किंवा भाबड्या नजरेला कमावलेलं शरीर शोभत नव्हतं म्हणा! तयार शरीराप्रमाणे त्याचे डोळे 'तयार' वाटत नव्हते.

''तुमच्याकडे सदावर्ते नावाचे गृहस्थ नेहमी येतात ना?'' – त्यानं विचारलं.

''नाही बुवा ! कोण सदावर्ते?'' – मी आश्चर्यानं विचारलं.

खुर्चीवरून ताडकन् उठत तो गृहस्थ म्हणाला,

''काय, तुमच्याकडेसुद्धा ते गृहस्थ येत नाहीत?''

''नाही, काय प्रकार आहे? सदावर्ते हे नावही मी ऐकलेलं नाही.'' – मी

म्हणालो. तेवढ्यात नंदा बाहेरच्या खोलीत आली. तिला मी विचारलं, "नंदा, कुणी सदावर्ते गृहस्थ आले होते का?"
"नाही बाई."
"नक्की आमचंच घर का?" – मी त्या गृहस्थाला विचारलं.
पँटच्या खिशातून एक लहानशी वही काढून त्यानं त्यातलं एक पान वाचत म्हटलं,
"दारूवाला मॅन्शन हेच ना?"
"होय."
"समोर लिबर्टी स्टोअर्स आहे?"
"आहे."
"आणि तुमचं आडनाव काळे ना?"
"हो. तेही बरोबर."
"मग तुमच्याकडे सदावर्ते नाही येत?"
"नाही. तेवढंच फक्त चुकीचं आहे. तुमचं नाव काय?"
"माझं नाव विश्वास पंडित."
"बरं मग, हे सदावर्ते कोण?" – मी विचारलं.
"ते आता विचारू नका. मी साफ बुडालो ह्यात शंका नाही."
एवढं बोलून हताश चेहरा करून तो खुर्चीत बसला. दोन मिनिटं तसंच बसून तो उठला.
"माफ करा. मी त्रास दिला तुम्हाला. येतो मी."
"थांबा, थांबा, पंडित, काय प्रकार आहे सांगा तरी. बसा असे. चहा घ्या माझ्याबरोबर."
– मी त्याला थांबवलं.
"मी थांबतो जरा वेळ. कारण माझ्यातली ताकदच गेलीय्. चहा मात्र नको. आता कशाचीच चव लागायची नाही." – शेवटचं वाक्य जवळजवळ स्वत:शी म्हणत विश्वास पंडित खाली बसला. चहाचा कप मी नंदाला तसाच आत न्यायला सांगितला.
"मिस्टर पंडित, मला नीट सांगा मामला."
कपाळावरचा घाम पुसत विश्वास पंडित म्हणाला,
"ह्या सदावर्तेनं मला पुरतं बनवलं. तीन हजार रुपयांना गंडा घातला. गाडीतली ओळख. मोठ्यामोठ्या लोकांची नावं घेतली. मिनिस्टर्सशी झालेला पत्रव्यवहार दाखवला. मी अडलेला माणूस. त्याच्यावर भाळलो. त्यानं ब्लॉक देतो म्हणून सांगितलं. मी पैसे देऊन मोकळा झालो. बोरिवलीला चार चकरा मारल्या.

सांगितलेल्या पत्त्यावर बांधकाम चालू आहे; पण तिथं सदावर्ते हे नाव कुणी ऐकलेलं नाही. सदावर्तेनं मला बोलता बोलता चार-पाच लोकांचे पत्ते दिले होते. त्या लोकांकडे माझी केव्हाही चौकशी करा म्हणून सांगितलं होतं. पण ते सगळे पत्ते बनावट होते. त्या त्या माणसांचा त्या त्या पत्त्यावर ठावठिकाणासुद्धा नव्हता. तुमचं नाव आणि पत्ता बरोबर सापडला; पण तुम्हाला तो गृहस्थच माहीत नाही म्हणता! –''

एका दमात त्यानं ही हकीगत सांगितली. असल्या हकीगती म्हणजे आमच्या नंदाला मेजवानीच. ती माझ्या शेजारी केव्हा येऊन बसली होती, ह्याचा मलाही पत्ता लागला नाही.

''अरेरे, फारच शोचनीय.'' – मी म्हणालो.

''हल्ली किनई, हे फारच झालंय. परवा ती आमची शरू...''

नंदाला मधेच थांबवीत मी म्हणालो,

''पंडित, किती दिवस झाले ह्या गोष्टीला?''

''दहा-बारा दिवस झाले. भूक नाही, तहान नाही, वणवण हिंडतोय उन्हातान्हातून.''

''अरेरे !''

''पोलिसांना कळवलंत?'' नंदानं विचारलं.

''नाही कळवलं. पोलिसांना सदावर्ते सापडायचा नाही. सारखा विश्वास पंडितच सापडायचा.'' – विश्वास पंडित विषण्णपणाने हसून म्हणाला. काही वेळ तसाच गेला.

''तुमच्या घरी हाहाकार उडाला असेल? प्रत्येकजण अगदी तुम्हाला आता बोलून बोलून...''

''नाही. त्या बाबतीत मी भाग्यवान आहे. घरात जर राहात असतो, तर ह्या जागेच्या वगैरे भानगडीतच पडलो नसतो.''

''म्हणजे?'' – नंदानं कुतूहलानं विचारलं.

''मी घरी राहात नाही. सगळे लोक पुण्याला असतात. मी घरातून बाहेर पडलोय. इथं एका लॉजिंग बोर्डिंगमध्ये राहातो.''

''अरेरे, मग तर तुम्हाला हा फटका फारच जाणवला असणार!''

''त्याला काय करणार! मुंबईला येऊन फक्त दोन महिने झालेत्. मुंबईची हवा एवढी जाणवेल अशी कल्पना नव्हती. तरी बरं, तीन हजारावर सुटलो. तीन खोल्यांचा ब्लॉक पसंत केला म्हणून तीन हजारावर सुटका झाली. हाव पडून पाच खोल्यांचा ब्लॉक हवा म्हणालो असतो, तर पाच हजाराच्या खाली सौदा जमणार नव्हता; पण तेव्हा सहज विचार आला मनात, की नोकरी लागेपर्यंत

पैसे पुरवायला हवेत.''

''म्हणजे तुम्हाला सर्व्हिस नाही?''

''नाही. तुम्हाला माझा हा सगळा आचरटपणा, अव्यवहारीपणा वाटला असेल. पण काय करणार ! प्रत्येक वेळेला परिस्थिती अशी निर्माण होत होती, की हे आततायीपणाचे निर्णय घेतल्याशिवाय गत्यंतर नव्हतं. तुम्हाला सांगेन केव्हातरी सगळा इतिहास.''

आम्ही तिघेही गप्प होतो, काही क्षणांनी विश्वास पंडित उठत म्हणाला,

''बराय, मी येतो. तुम्हाला त्रास दिला.''

त्याच्या त्या शरीराशी विसंगत असलेल्या नजरेकडे माझं लक्ष गेलं आणि मी अचानक म्हणून गेलो,

''बसा ना. घाई आहे का?''

''छे छे. घाई नाही. उद्योग आहे कुठं घाई असायला! दोन्ही व्यवसाय संशोधनाचेच. एक त्या सदावर्तेला शोधायचं आणि दुसरं, नोकरी शोधायची. आत्ता नोकरी शोधायची वेळ नाही आणि सदावर्तेला शोधायला एनर्जी नाही. चौपाटीवर जातो जरा गार वाऱ्यावर.''

बोलत बोलत विश्वास पंडित दरवाज्यापर्यंत गेला. नंदाशी मी नजरेनंच बोललो आणि विश्वास पंडितला म्हणालो,

''पंडित, तुम्ही आता इथंच जेवून जा. चालेल?''

मला वाटलं, तो घुटमळेल. पण तसं झालं नाही. काही काळ थबकून तो उलट फिरला आणि त्यानं पायातल्या चपला दरवाज्याजवळ काढून ठेवल्या.

निरोप घेता घेता विश्वास पंडित म्हणाला,

''तुमचे आभार मानले तर तुम्ही रागवाल, पण ते मानल्याशिवाय मला बरे वाटणार नाही म्हणून मानतो.''

''आभार कसले?''

''मला आज घरचं जेवण मिळालं; केवढं सौख्य वाटलं ह्याची कल्पना येणार नाही तुम्हाला. गेले पंधरा दिवस मी शारीरिक व मानसिक अतीव ताण सहन केला. आज तुम्ही दिलेली ट्रीटमेंट आणि वहिनींनी दिलेलं सुग्रास जेवण. जीवनावरली उडणारी श्रद्धा पुन्हा ठेवावीशी वाटते – असं काही घडलं म्हणजे.''

''त्यात काय मोठंसं केलं आम्ही!''

''कसं सांगू?...मला प्रतारणा अजिबात सहन होत नाही. स्वतःच्या घरात ज्या दिवशी शंका आली, की भोवतालच्या माणसांना आपल्याबद्दल वाटायला हवा

तेवढा जिव्हाळा वाटत नाही, इथं काहीतरी नाटक चाललं आहे...त्या दिवशी घर सोडलं. बी. ए.ची परीक्षा ही आठ दिवसांवर आलेली. पण नाही. त्याच परिस्थितीत घर सोडलं. मला फसवणूक आणि प्रतारणा ह्या दोन गोष्टी आवडत नाहीत आणि पुन:पुन्हा त्याच गोष्टी वाटणीला येतात. पण आज, कारण नसताना, पूर्वपरिचय नसताना तुम्ही सौजन्य दाखवलंत...जिवाभावाची मैत्री असल्याप्रमाणे जेवायचा आग्रह केलात, तेव्हा त्याचं मोल कसं करायचं? सहसा पुरुषांचा हा भलत्या ठिकाणचा पुळका बायकांना रुचत नाही. पण तुमच्या सौ.ही तुमच्यासारख्या वाटल्या, म्हणून मी जेवायला थांबलो. कधीतरी मी अवश्य तुमचा उतराई होईन. येऊ आता?''

''ओऽ येस्. केव्हाही या; आणि सांभाळून राहा. मुंबई आहे ही. आणि हो, तुमच्या बोर्डिंगचं नाव काय म्हणालात?''

''सदानंद बोर्डिंग हाऊस. त्या विभागात प्रसिद्ध आहे. केव्हा आलात तर भेटा; फोन केलात तरी चालेल. ६१६१०.''

''ओऽ येस्. जरूर!''

विश्वास पंडित त्याच्या भाबड्या नजरेसकट लक्षात राहिला. दुसऱ्या दिवशी मी ऑफिसात आलो तरी, विश्वास पंडित – आणि त्याला आलेले अनुभव ह्याचा मनावर पगडा होताच. बिचाऱ्याला तीन हजारांना गंडा बसला. मला जर एवढा फटका बसला असता, तर मी वेडाच झालो असतो.

ऑफिसात आल्यावर मी अनेकांना ही हकीगत तपशीलवार सांगितली. आमचा बाळ्या सरदेसाई, त्याला सगळे लोक बंडल वाटतात. तो म्हणाला,

''सांभाळ रे, बाबा! पुढच्या वेळेस उसने पैसे मागायला येईल. पहिल्याच भेटीत जेवायला घालून तू तुझा भोळसटपणा त्याला दाखवलाच आहेस. तेव्हा तुझं पाणी त्यानं ओळखलंय.''

''भलतंच काय रे; बिचारा फसलेला जीव.'' – मी म्हणालो.

''कुणास ठाऊक, फसलेला आहे की, इतरांना फसवायला निघालाय!''

– देशमुखला मात्र ह्यातलं काही खोटं वाटलं नाही. जरा वेळ विचार करून तो म्हणाला, ''माझ्या एका मित्राचे वडील एका मोठ्या कारखान्यात मॅनेजर आहेत. त्यांना नेहमी माणसं हवी असतात. मी टाकीन शब्द.''

''जरूर टाक. विश्वास पंडितला जर कुठे तरी लावून दिलास तर, मी तुला पार्टी देईन.'' मी देशमुखला पार्टीची लालूच दाखविली.

मी ताबडतोब पंडितला फोन केला. फोन बोर्डिंगच्या गड्यानं घेतला. थांबायला सांगून तो विश्वास पंडितला बोलवायला गेला. एकदोन मिनिटांतच पंडित फोनवर आला.

“हॅलो.”
“मी काळे बोलतोय.”
“अरे वा, अपूर्व योग. काय बातमी?” पलीकडून प्रसन्न आवाज आला.
“बातमी चांगली आहे. म्हटलं भेटताय की नाही ह्या वेळेला.”
“एवढ्यात पदयात्रा आटोपून आलो. नोकरीसंशोधन.”
“असं असं.”
“बातमी सांगता ना?”
“संध्याकाळी घरी या.”
“नक्की येतो.”
“अच्छा.”
“अच्छा.”
देशमुखनं दिलेलं ओळखपत्र घेऊन गेल्याला विश्वास पंडितला चांगले दहा-बारा दिवस होऊन गेले होते. विश्वास पंडितकडून काही समजलं नव्हतं. त्याला मी एकदोनदा फोन केला; तेव्हा गाठ पडली नाही. पार्टीबद्दल देशमुखनं मला हटकलं तेव्हा – विश्वास पंडितची गाठ पडल्यावर पार्टी नक्की, असं सांगून मी त्याला गप्प बसवलं होतं.
त्यानंतर अचानकपणे विश्वास पंडित समोर येऊन उभा राहिला. माझ्या हातात त्यानं पेढ्याचा पुडा ठेवला. नंदा म्हणाली,
“भावजी, नुसत्या पेढ्यावर भागवणार काय?”
त्यावर विश्वास पंडित म्हणाला,
“ज्या जागेसाठी बोलावलं होतं ती जागा मिळाली असती, तर जरूर जेवण दिलं असतं.”
“म्हणजे?” – मी विचारलं.
“जागा होती टायपिस्ट क्लार्कची. पण दिली ... दिली ... प्यूनची.”
“काय!” मी जवळजवळ ओरडलोच.
“हो ना. तसंच झालंय.”
“आणि तुम्ही त्याला होकार दिलात?”
“द्यावा लागला. जवळची पुंजी संपत आली. प्राप्ती पोटापुरती तरी हवी, की नको? त्याशिवाय दुसरीकडे प्रयत्न करता येईलच की.”
“देशमुखला विचारलं पाहिजे.” – मी म्हणालो.
“नको. त्यांचा काय दोष? त्या कारखान्यात जागाच नव्हती एकसुद्धा. मीच म्हणालो, काय वाटेल तो जॉब द्या; पण परत पाठवू नका.”
“असेल. तसंही असेल; पण म्हणून ह्या लोकांना शोभलं का हे?”

“का बरं? माझ्याएवढा डिसेन्ट प्यून कुणाला आवडणार नाही? मी स्वत: प्यून कम् क्लार्क-कम् टायपिस्ट ही सगळी कामं करतोय. शिवाय मालकांच्या गाडीतून घरी फायली वगैरे पोहोचवण्याची कामं माझीच.”
“छे छे, बरं नाही वाटत ऐकायलाही.”
“तसं काही वाईट नाही. मालकाचा बंगला तर पाहायला मिळाला. एखाद्या गुजराती शेट्याला शोभेल एवढी संपत्ती, एवढं ऐश्वर्य एका महाराष्ट्रीयन माणसाचं असावं, ह्याचं मला कौतुक वाटलं. पहिल्या दिवशी आमची ही सूरत पाहून मालकांची मोठी मुलगी ‘बनली’. आपण प्यूनची नोकरी करतो पण प्यूनसारखे राहात नाही; त्यामुळे घोटाळा होत होता. तेव्हापासून बंगल्यावर गेलो तर बाहेरच्या बाहेर कटतो. चाललंच आहे.”
“मला काही हे प्रशस्त वाटत नाही.”
“मी तुम्हाला म्हटलं की नाही – सगळीकडे फसवणूक होते म्हणून? तसंच इथंही झालं. पण इलाज नाही. फसवणूक होत असताना ज्याला ती कळत नाही त्याची अवस्था फार केविलवाणी असते. मी इथं उघड्या डोळ्यांनी न पटणाऱ्या फसवणुकीचा स्वीकार करतोय. तेव्हा फार काही बिघडतंय असं नाही.”
देशमुखजवळ एकदोनदा विषय निघूनसुद्धा विश्वास पंडितचा विषय मी काढला नाही.

मध्ये बरेच दिवस गेले. आणि एके दिवशी संध्याकाळी विश्वास पंडित एकदम् अप-टु-डेट सुटाबुटात आमच्यासमोर उभा राहिला. आम्ही उभयता त्याच्याकडे पाहातच राहिलो.
“अरे, पाहाताय काय असे?” तो ओरडलाच जवळ जवळ.
“तुमचा कायापालट!” – नंदा म्हणाली.
“वहिनी, ह्याला म्हणतात ‘पुरुषस्य भाग्यम्.’ आता असंच चलायचं. कुठे ते विचारायचं नाही. फक्त पाहायचं आणि ऐकायचं.”
विश्वास पंडितनं आम्हाला बाहेर काढलं. खाली एक अलिशान मोटार उभी होती. ज्या हॉटेलात मी बाहेरूनदेखील डोकावून पाहाण्याचं धाडस केलं नसतं, अशा हॉटेलात मी व नंदा–ॲट विश्वासे’स कॉस्ट–जेवलो. जेवणाचं बारा रुपये बिल विश्वासनं ऐटीत दिलं.
जेवण झाल्यावर त्यानं शोफरला गाडी अंधेरीला घ्यायला सांगितली. अंधेरी येईपर्यंत मी काही बोललो नाही. जेवण ‘टंच’ जेवलो होतो. भरधाव धावणाऱ्या मोटारीत गार गार वारं येत होतं. मी तृप्त होतो. सुखावलो होतो. मला किंचित्

डोळाही लागला. एका मोठ्या बिल्डिंगसमोर आमची मोटार थांबली. विश्वासच्या पाठोपाठ आम्ही मुकाट त्याच्या ब्लॉकमधे आलो. पंखा चालू करीत विश्वास पंडित म्हणाला,

''अब् आराम करो !''

कोचावर ऐसपैस रेलत मी म्हणालो,

''आता सांगणार ना? इतका वेळ काही विचारलं नाही. संयम ठेवला होता.''

''सांगतो, सांगतो. तुम्हाला सगळं सांगायचं म्हणून तर, तुमच्यावर ही जबरदस्ती केली.''

विश्वास पंडित आमच्यासमोर बसला. एक दीर्घ श्वास घेऊन तो पुढं म्हणाला,

''हा आमच्या मालकांचा ब्लॉक; म्हणजे आता माझा.''

''हे कसं काय? आमची चेष्टा तर करत नाही ना!'' नंदानं विचारलं.

''बिलकुल नाही. आता आणखीन एक धक्का...आमच्या मालकांचा जावई होतोय!''

''करेक्ट! मी साधारण तो अंदाज केलाच होता.''

''कशावरून हो?'' – सौ.ची नेहमीची उलटतपासणी.

''मालकांची मोठी मुलगी जेव्हा 'बनली' असं ह्यांनी सांगितलं, तेव्हाच माझ्या मनात काही कल्पना येऊन गेल्या. तेव्हा मी त्या कविकल्पना म्हणून सोडून दिल्या; पण त्याच शेवटी प्रत्यक्षात उतरल्या म्हणायच्या. छान, छान. हार्टी काँग्रॅच्युलेशन्स!'' विश्वास पंडितचा हात दाबीत मी म्हणालो.

''वहिनी, सुंदर स्त्रीच्या कटाक्षात केवढी ताकद असते पाहा. मालकांना मुलीचा हा विचार समजला मात्र...एका शिपायाचा मॅनेजर झाला. दाराशी कंपनीची मोटार आली. राहायला ब्लॉक आला.''

''हो. जो काही दिवसांपूर्वी तीन हजार घालवूनही मिळाला नव्हता –'' मी मधेच म्हणालो. सर्वजण मोकळेपणी हसलो.

''त्या रंभा की उर्वशी...की मेनका – तिचा फोटो तरी दाखवा?'' नंदानं विचारलं.

''अजून फोटो ठेवला नाही जवळ. तो लगेच उतावीळपणा व्हायचा. आणि तसा अजून कशालाच पत्ता नाही. आम्ही तसे एकमेकांशी बोललो पण नाही.''

''काय सांगता काय !''

''खरंच. हे जे एकदम प्रमोशन मिळालंय त्यामागे काय बेत असावा, हा फक्त माझा अंदाज आहे.' विश्वास पंडित म्हणाला.

''पण तो अंदाज खरा असला तर...मुलगी कशी आहे?'' मी विचारलं.

''मुलगी छानच आहे. तसा अजून हा अंदाजच आहे. ह्यातून काही झालं तर,

मी कळवीनच.'' – विश्वास पंडित आत्मविश्वासानं म्हणाला.

विश्वास पंडितनं आम्हाला परत आमच्या घरापर्यंत मोटारनं पोहोचवलं. मोटारीत त्यामुळे फार काही बोलता आलं नाही. घरी पोहोचल्याबरोबर नंदा म्हणाली,

''हे सगळं कसं घडलं असेल हो? विश्वास पंडितवर त्या मालकाच्या मुलीचं एवढं मन गेलं असेल?''

''न जायला काय झालं? कुणालाही नाकारताना विचार पडावा एवढा पंडित नक्कीच देखणा आहे. मला मात्र फार धास्ती वाटते त्याची.''

''का?''

''आयुष्यात त्याची आजपर्यंत फसवणूक होत आलीय, तेव्हा एकदम एवढं चांगलं घडल्यावर त्याचीही भीती का वाटू नये?''

''नाही, तसं काय होणार !''

''होणार नाही ग, पण मनात विचार येतात एवढं खरं. बाकी नंदे, पुरुषस्य भाग्यम्...ह्यात शंकाच नाही. पहिल्यांदा तो जेव्हा आला, तेव्हा त्याला काहीतरी उचलून देण्याइतकी ऐपत नाही ह्याचं मला वाईट वाटलं होतं. आता तो म्हणतोय त्याप्रमाणे त्याचं खरोखरंच लग्न होवो म्हणजे मिळविली.''

त्यानंतर एकदम विश्वास पंडितच्या लग्नाची आमंत्रणपत्रिका येऊन धडकली. स्वत: विश्वास पंडितच आला होता; पण त्या वेळी तो एवढ्या गडबडीत होता की, फार तपशीलवार काही बोलता आलं नाही. तरी त्यानं एक धक्का दिलाच. मी आणि नंदानं अभिनंदन केल्यावर तो म्हणाला,

''मालकाच्या मुलीशीच माझं लग्न होतंय; पण मी तुम्हाला बोललो होतो ती ही मुलगी नाही.''

''म्हणजे?''

''त्याचा एक घोळच झाला. एके दिवशी मालकांच्या बंगल्यावर आमचा रीतसर पाहाण्याचा सेरीमनी झाला. तो समारंभ झाला मोठ्या मुलीबरोबर. आम्ही याच बैठकीत 'सबकुछ' पसंत म्हणून सांगून टाकलं. तिथल्या तिथं लग्नाचा दिवसही ठरला. त्यानंतर त्याच दिवशी, त्यांच्या बंगल्यातून बाहेर पडता पडता समोरून आणखीन एक मुलगी आली. माझ्याकडे पाहून ती अशी काही हसली की, माझं अगदी 'मेण' झालं. मी अडखळलो. माझी चालण्याची गतीही बदलली. तेवढ्यात आमच्या मेहुण्यानं मला हटकलं. मी सावरलो. माझ्या खांद्यावर मित्रत्वाची थाप मारीत मेहुणा म्हणाला, 'ती माझी धाकटी बहीण. तुमच्या सरोजपेक्षा फक्त दोन वर्षांनी लहान आहे...तुमची मेव्हणी.'

त्यानंतर त्याच रात्री आमच्या अंधेरीच्या ब्लॉकसमोर मालकाची गाडी उभी. आमचे मेव्हणे व सासरे दोघेही आलेले. इकडचा तिकडचा विषय संपल्यावर

मेव्हण्यानं विषय काढला – ''सकाळी तुम्ही माझी धाकटी बहीण पाहिलीत ना?''
''हो.''
''कशी वाटली?''
सासऱ्यासमोर मेव्हणीचं कौतुक कसं करायचं ह्या विचारानं मी गप्प बसलो.
मेव्हणा परत म्हणाला, ''बेलाशक सांगा, कशी आहे? संकोच करू नका.''
मी मग पटकन् म्हणालो, ''तुमच्या मोठ्या बहिणीपेक्षा जास्त सुंदर वाटल्या.''
''तुम्ही असं स्पष्ट म्हणालात?'' – मधेच नंदानं विचारलं.
''हो सांगितलं. आणि त्याहीपेक्षा नवलाची गोष्ट म्हणजे, रात्री झालेल्या त्या
बैठकीत माझं लग्न धाकट्या बहिणीशी नक्की करण्यात आलं. जाता जाता
आमचे श्वशूर स्नेहानं म्हणाले,
'लग्नासारखा उभ्या आयुष्याचा प्रश्न, त्यात एवढा संकोच का केलात? आमची
धाकटी मुलगी आहेच तशी नजरेत भरण्यासारखी.'
तेव्हा एकंदरीत आमचं लग्न मालकाच्या मोठ्या मुलीऐवजी धाकट्या मुलीशी
आहे, अवश्य यायचं.''

लग्नाचा दणका पाहून आमचे दोघांचे डोळे दिपून गेले. मालकांचा आख्खा
बंगला दिव्यांच्या रोषणाईने झगमगत होता. लहान लहान कुंड्या, मोठमोठाली
झाडे, रंगीबेरंगी दिव्यांच्या तावडीतून सुटली नव्हती. बागेच्या एका कोपऱ्यात
मंद स्वरात सनईवादन चाललं होतं. सबंध बाग, हिरवे हिरवे लॉन्स ह्या
रंगीबेरंगी दिव्यांनी उजळून निघाले होते. त्या मंद प्रकाशात, स्वर्गीय आनंदात
प्रत्येकजण प्रसन्न दिसत होता.
विश्वास पंडितच्या भाग्याला सीमा नव्हती; पण विश्वासचा गंभीर चेहरा पाहून मी
मनातल्या मनात चरकलो. त्याचं मी कौतुक केलं. अभिनंदन केलं. तो
माझ्याशी बोलला – पण तो जेवढा फुलून यायला हवा होता तेवढा फुललेला
मला दिसला नाही.
''नंदा, विश्वासमध्ये तुला फरक नाही वाटत?''
''वाटतो की. त्याचं आता लग्न झालंय.'' नंदा – माझा रोख समजून
खवचटपणे म्हणाली.
''तसं नाही गं.''
''मला माहीत आहे तुम्ही कसं म्हणता ते. पण ते अगदी साहजिकच आहे.
एवढा थाटमाट नुसता लांबून पाहून आपली छाती दडपून गेली. विश्वास तर
आता त्या भाग्याचे मालक झालेत. अशा वेळी माणूस बावरेल नाही तर
काय?''

पण माझा 'होरा' चुकला नव्हता. त्या एवढ्या झगमगाटामागं लोकांना दिपवून टाकून गुंगी आणण्याचाच डाव होता. सगळ्या प्रकाराचा उलगडा आठ दिवसांनी, विश्वास पंडित हनीमून आटोपून घरी आला तेव्हा झाला. अचानक मिळालेलं वैभव, हेवा करावा असं सौंदर्य असलेली बायको, हे सर्व असून विश्वास पंडित कोमेजला होता. त्याची आम्हाला खूप खूप चेष्टामस्करी करायची होती; पण त्याचा चेहरा पाहून आम्ही चुपचाप झालो. त्यानेच सुरुवात केली,

''जेवढी फसवणूक मोठी तेवढा त्याला सोन्याचा मुलामा अधिक, पॉलिश जास्त भडक...नाही का?''

मी गप्प होतो. काय ऐकावं लागणार ह्या धास्तीपायी काही बोलायचं सुचेना.

''केव्हा आलात?'' – नंदानं विचारलं.

''आलो काल रात्रीच. सगळं नाटकच करायचं होतं. त्याप्रमाणे सगळं पार पाडलं.''

''आत्ता वहिनींना का नाही आणलंत? तुम्ही आता एकट्यानी हिंडायचं नाही. आमचा परिचय व्हायला हवा चांगला.'' त्याला बोलता करावा म्हणून नंदा म्हणाली.

''तुमचा परिचय होऊन काय उपयोग?''

''का?''

''तुमच्याशी ती काही बोलायची नाही.''

''पहिल्यांदा बोलणार नाही. मी करीन त्यांना बोलती.''

''ते ब्रह्मदेवाच्या बापालाही शक्य नाही.'' विश्वास पंडित नम्रपणे म्हणाला.

''पैज?'' नंदा हट्टाला पेटून म्हणाली.

पडलेल्या, मरगळलेल्या आवाजात हताशपणे विश्वास पंडित म्हणाला,

''पैज कसली घेऊन बसलात वहिनी, रत्नप्रभा ठार मुकी आहे.''

– मी बसल्या जागी उडालोच.

''काय सांगता काय!''

माझ्या या प्रश्नावर विश्वास पंडित आवेशाने हातवारे करून ओरडून बोलायला लागला

''मी काय थापा मारतोय? – ती मुकी आहे. मुकी. तिला फक्त हसायला येतं, बोलायला येत नाही. ती हसून मारते. बोलून नाही. म्हणून तर त्या दिवशी त्यांच्या फाटकातच तिने माझा एकदा हसून खिमा केला. प्यूनचा मॅनेजर का झाला? अंधेरीला ब्लॉक का मिळाला? दाराशी कारखान्याची मोटार कशी उभी असते चोवीस तास? सात हजार हुंडा कशासाठी मोजला? आठ हजार रुपये केवळ रिसेप्शनमध्ये का उधळले? आणि काश्मिरला हनीमूनसाठी कसं जायला

मिळालं? – ह्या सगळ्याचं मूक उत्तर – रत्नप्रभा ! माझं सगळं पुढचं आयुष्य ह्या लोकांनी ह्या एवढ्या वैभवाला, थाटामाटात विकत घेतलं!'

एवढं आवेशानं बोलून, हातांच्या ओंजळीत त्यानं आपलं तोंड झाकून घेतलं. त्याच्या भाबड्या नजरेत क्षणमात्र दिसलेलं प्रतिकाराचं तेज लुप्त झालं. त्याचा आवेश ओसरला. त्या खुर्चीत तो दीनवाणा बसला. त्याची समजूत घालण्यासाठी मी नुसता त्याच्या खांद्यावर हात ठेवला. निग्रहानं विश्वास पंडित म्हणाला,

''माझी समजूत घालण्याची गरज नाही. ह्या सर्व प्रकरणात मीच दोषी आहे.''

''असं कसं म्हणता?''

''मला मोह झाला...सौंदर्याचा! मी मोठ्या बहिणीला पसंत केलं होतं. शब्द दिला होता. घरी स्वत: मालक आले म्हणून काय झालं? – मी त्यांना तेव्हाच साफ सांगायला हवं होतं, की माझा शब्द तुमच्या मोठ्या मुलीला गेला आहे; पण मी त्या सौंदर्यावर भाळलो. बेईमान झालो. त्यात इतरांना दोष देण्यात काय अर्थ आहे ?''

''पण तरीसुद्धा ही शुद्ध फसवणूक आहे. तुम्ही सरळ तिला माहेरी पोहोचवा.''

''आणि स्वत:ची शोभा करून घ्या...असंच ना? ते सगळे बडे लोक आहेत. आणि त्याहीपेक्षा मलाच ते पटणार नाही. मुकी झाली म्हणून काय झालं, तिलाही संसाराची ओढ असणारच. जबाबदारी अशी टाळून टळत नाही. होईल, होईल ह्या बायकोचीसुद्धा सवय!''

त्या दिवसानंतर विश्वास पंडित जो गडप झाला, तो नंतरच्या आठ-दहा महिन्यांत मला भेटला नाही. त्याच्या कारखान्यात अनेकदा फोन केला. एक-दोन वेळा तो बाहेरगावी टूरवर गेला होता; तर चार-पाच वेळा मीटिंगमध्ये गुंतला होता. एकदा वेळात वेळ काढून मी अंधेरीलाही जाऊन आलो; पण स्वागत त्याच्या नोकरानं केलं. रत्नप्रभा माहेरी गेली होती आणि विश्वास पंडित घरात नव्हता.

आणि एके दिवशी रात्री ९।। वाजता विश्वास पंडित अचानक समोर उभा राहिला. त्याच्या हातात तीन-चार महिन्याचं मूल होतं. मी बाहेर गॅलरीत जाऊन पाहून आलो. खालती मोटार उभी होती.

''वहिनी कुठे आहेत?'' नंदानं विचारलं.

''मी एकटाच आलोय.'' विश्वास पंडित म्हणाला.

कॉटवर त्यानं त्या झोपी गेलेल्या मुलाला अलगद ठेवलं. नंदा स्त्रीसुलभ स्वभावानुसार त्या चिमण्या जिवाजवळ बसली.

''काय, पत्ता काय तुमचा?''
''नेहमीचाच.''
''आणि ह्या वेळेला चिरंजिवांना घेऊन एकटेच कुठे गेला होतात?''
''तुमच्याकडेच आलोय.''
''मुलगी का मुलगा?'' – मी विचारलं.
''कोणी का असेना? गोड आहे एवढं खरं !'' नंदा म्हणाली.
''बरं, आता कुणीकडे ह्या वेळेला?'' – मी परत विचारलं.
''एका फार मोठ्या कामगिरीसाठी आलोय.'' विश्वास पंडित म्हणाला.
''बोला.''
''काळे, मागे तुम्ही म्हणाला होतात, की माझ्या अंगात ताकद असती, तर मी तुमच्यासाठी काय वाटेल ते केलं असतं, आज तुम्ही तो शब्द पाळाल का?''
''हो. अशक्य नसेल, माझ्या शक्तीबाहेर नसेल तर जरूर पाळीन. पण तुम्ही माझ्याशी असे कोड्यात बोलू नका. माझ्या सरळ स्वभावाला हे कोड्यातलं बोलणं सहन होत नाही...समजत पण नाही.''
''काळे, मला माफ करा. माझी मन:स्थिती फार विलक्षण झालीय. तुमचा मोठा आधार म्हणून वेळीअवेळी इथे येतो.''
''ते असो. मला नीट सांगा तरी.''
''तुम्ही हे सांभाळा !'' – विश्वास पंडित शांतपणे म्हणाला. आम्ही दोघंही चमकलो. जरा वेळानं नंदा म्हणाली,
''भावजी, तुमचं सगळं और असतं.''
विश्वास पंडित पटकन् म्हणाला,
''त्याला काय करणार? माझं जीवनच तसलं. मला फसवणूक – प्रतारणा आवडत नाही तर तीच वाटणीला येते. आता तर कळसच झालाय. तरी मला मार्ग शोधायला हवा. माझ्या दैवाची आणि माझी ही शर्यतच लागली आहे जणू. पाहू कोण थकतं. ते असो. तुम्ही हे मूल सांभाळाल का?''
''तुमचं?''
''नाही. हे माझ्या बायकोचं – रत्नप्रभेचं मूल – पण माझं नाही. वहिनी, वहिनी...माझी फसवणूक फक्त तेवढीच नव्हती झाली. रत्नप्रभा कलंकित होती. तिला लग्नाच्या वेळेलाच दिवस गेले होते.''
''भावजी ! काय सांगता !''
''वहिनी, ह्या निष्पाप जिवाची शपथ.''
''नको, नको, ह्या निष्पाप मुलाची शपथ घेऊ नका.'' नंदा शहारून म्हणाली.
''तेवढ्यासाठीच तुमच्याकडे धाव घेतली. स्त्रीपुरुष संबंध जरी अनैतिक असले

तरी, संतती ही कधीच अनैतिक नसते...ह्यावर श्रद्धा होती म्हणून तुमच्याकडे आलो. ह्या निष्पाप जिवाला जन्माचे शासन नको म्हणून इथे आलो. तुमच्या दोघांच्या स्वभावावर, वृत्तीवर, संस्कृतीवर विश्वास म्हणून रातोरात धाव घेतली. आज मला नाहीतर काय कमी होतं? कोणत्याही संस्थेला दहा-पंधरा हजारांची देणगी दिली असती तर, दानशूरत्वाचा डंका पिटला गेला असता. आणि ह्या मुलाची बिनबोभाट सोय झाली असती; पण बेवारशी मुलाच्या यातना मला माहीत आहेत. एखाद्या सार्वजनिक संस्थेचं वातावरण ह्या पोराच्या नशिबी नसावं, म्हणून तुमच्याकडे आलो. तुमच्या घरी ह्याला आईवडिलांची माया लाभेल. उत्तम घरंदाज संस्कार लाभतील. मला हा फार मोठा प्रयोग ह्या मुलावर करायचाय. समाजात माणूस जो वावरतो, लहान किंवा मोठा होतो, तो रक्तातल्या गुणांमुळे होतो का संस्कारांमुळे होतो, हे मला बघायचं आहे. ह्या मुलाच्या अंगात माझं रक्त नाही. रक्तातल्या गुणावर किंवा अवगुणावर संस्कार मात करतात का, हे मला पाहायचं आहे. आणि तेवढ्यासाठी, काळेसाहेब, नंदावहिनी, मला तुमची मदत हवी. मी तुम्हाला आर्थिक झळ सोसू देणार नाही. महिना पाचशे रुपये मी तुम्हाला नियमित देईन. इथे नेहमी येईन. कमीअधिक लागलं तर पाहीन. हे दोन हजार ॲडव्हान्स म्हणून ठेवा आत्ताच, आणि ह्या प्रयोगात मला मदत करा.''

विश्वास पंडितने जाडजूड पाकीट काढून माझ्या हातात जवळजवळ कोंबलंच. एका रकमेने माझ्या हातात एवढे पैसे पहिल्यांदाच येत होते. ते पाकीट त्या मुलाशेजारी ठेवत मी म्हणालो,

''पंडित, मन शांत ठेवा. आपण ह्यातून मार्ग काढू.''

''ह्यातून काळे, हाच मार्ग. ह्या मुलाला मी माझ्या घरी कधीही ठेवू शकणार नाही. मला अनेकांनी आजवर फसवलं. प्रतारणा केली. ह्या निष्पाप पोराचा मी बाप नाही. माझ्या घरात हा वाढला तर तो मला 'बाबा' म्हणून हाक मारील. मला तसं हाक मारू नको हेही सांगायला त्या घरात त्याला कोणी नाही. त्याची ही फसवणूक मी कशी करू?...त्याचा बाप नसताना त्याची 'बाबा' ही हाक कशी सहन करू?...मी स्वत: कितीही वेळा फसायला तयार आहे. पण त्याला कसा फसवू?...फसवणं बरं आहे का?''

विश्वास पंडित पिळवटून विचारत होता. समोर दोन हजारांचं जाडजूड पाकिट पडलं होतं – आणि त्याच्याच शेजारी स्वत:च्या विश्वात दंग झालेलं, मुठी चोखणारं – रत्नप्रभेचं मूल – झोपेत हसत होतं!

सुख विकणे आहे

माझी ही कहाणी ऐकल्यावर तुम्ही मला सरळसरळ मूर्ख म्हणणार आहात.
मला त्याचं वाईट वाटणार नाही. मला मूर्ख म्हणून तुम्ही सौख्य मिळवणार
आहात. एका व्यक्तीचं मूल्यमापन आपण झटकन् करू शकलो ह्याचं समाधान
तुम्हाला मिळणार आहे. एखादी व्यक्ती धाडसानं काही जगावेगळं करायला
निघाली, तर व्यवहारी जगात त्या व्यक्तीची मूर्खातच गणना होते. मला त्याचा
खेद नाही. लोकांना सुख विकणाऱ्या दुकानदाराला स्वत:चा विचार करायला
वेळ नाही. फोर्टमधलं भरवस्तीतलं माझं सुख विकण्याचं दुकान जोरात चाललं
आहे; तेव्हा स्वत:च्या दु:खाचा विचार करायला मला सवड नाही. गेल्या पंधरा
दिवसांत मी बायकोशी – निवेदिताशी – पंधरा शब्दही बोलू शकलो नाही,
एवढा व्याप वाढलाय!   सुख विकण्याचं दुकान काढण्याची शक्कलही
माझीच!

मला वाटतं, इथं तुम्ही मला आणखीन एकदा मूर्ख म्हणून घेतलं असेल त्यात
नवल नाही म्हणा! – जेव्हा सुख विकण्याचं दुकान काढण्याची टूम माझ्या
नातेवाइकांना, हितचिंतक म्हणविणाऱ्यांना समजली, तेव्हा मला ह्याच
विशेषणाचा आहेर मिळाला. आता तो शब्द जिव्हाळ्याचा झाला आहे. माझं
दुकान पाहून ज्यांचा ज्यांचा अपेक्षाभंग झाला, त्यांनी त्यांनी मला मूर्ख ठरवीतच
दूर सारलं.

माझा तसा जानी दोस्त – शाम पेंढारकर. पण तोही तसाच ! दुकानाचं
'ओपनिंग' झालं तेव्हा तो इथं नव्हता. पण आल्यावर लगेच दुकानावर आला.
बाहेरची सजावट पाहून खुलला. अजून त्याला 'सुख विकण्याचं दुकान' म्हणजे
नक्की कसलं दुकान–त्याचा पत्ता लागला नव्हता. दोन-तीन मिनिटं अवांतर
गप्पा मारून, मला न विचारता, काउंटरचा दरवाजा ढकलून तो आतल्या
भागात आला. माझ्याच मागं असलेला दरवाजा लोटून त्यानं आत डोकावून

पाहिलं. ती रिकामी खोली होती. एक आरामखुर्ची आणि सेंटरटेबल ह्याव्यतिरिक्त आत काहीही नव्हतं.
''हा काय प्रकार आहे? ही कसली खोली?'' शामनं विचारलं.
''सौख्याची!'' त्याला कोड्यात टाकीत मी म्हटलं.
हातानं पत्ते पिसण्याची खूण करीत त्यानं विचारलं, ''ह्याची खोली का?''
मी नाही म्हटलं.
पुन्हा एकदा आत डोकावत, नाकपुडीवर तर्जनी आपटीत शाम म्हणाला, ''ह्यात डबलबेड दिसत नाही...म्हणजे ही खोली त्याचीही म्हणता येणार नाही; असंच ना?''
''पत्ते, पिणं आणि एखादी बाई – सौख्य सौख्य एवढंच असतं का?''
''असंच काही नाही.''
''तुझी निराशा झाली म्हणून विचारलं.''
माझ्याजवळ येत शाम म्हणाला, ''खरं सांगू का, अशा तऱ्हेचा षौक आपल्याला एकदा आयुष्यात करायचाय बुवा. पण सगळं कसं 'रिलायबल' हवं.''
''म्हणजे माझ्यासारख्या मित्राचं तसलं दुकान हवं असं म्हण ना?''
''तसंच !''
''त्याच अपेक्षेनं तू इथं आलास ना?''
बिचकत बिचकत शाम 'हो' म्हणाला. त्याची मन:स्थिती मी समजलो. अब्रू, समाजातलं स्थान आणि कौटुंबिक जबाबदाऱ्या हे सगळं सांभाळता सांभाळता एखाद्याला अशी इच्छा होणं – हे काही गैर नाही. दैनंदिन जीवन, भोवतालचं जग...ह्यापेक्षा निराळं, पलीकडचं काही विश्व असलं तर ते दिसावं, ही इच्छा तिरस्करणीय नाही.
हे सगळं असूनही शामची निराशा होणार होती. मी म्हणालो, ''शाम, माझं दुकान त्याच्याही वरच्या पायरीवरचं आहे.''
माझा सूर न समजून तो म्हणाला, ''करेक्ट, माझा अंदाज चुकला नव्हता तर! पाणपोईच्या बुरख्याखाली मद्याची सुरई आहे तर. छान! छान!! हल्लीचं युग असंच आहे. ताडीला नीरा म्हटलं की झालं. मग काय प्रतिपॅरिस का?''
''चुकलास बाबा, साफ चुकलास. माझं दुकान खरंखुरं सौख्य विकण्याचं आहे. बार म्हणा किंवा क्लबच्या नावाखाली चालणारी शरीरविक्रीची दुकानं हे खरं सौख्य नव्हे. ते सुखाचे भास आहेत. त्या सुखामागं माणूस पळतो. पळताना पडतो. ठेचकाळतो. पस्तावून परततो. तो त्याचा परतण्याचा काळ म्हणजे खरा सौख्याचा काळ. नेमक्या त्या काळात त्याला साथ मिळत नाही. सावलीची

वाण पडते. व्यथेला श्रोता मिळत नाही. त्याला कोणी जवळ करीत नाही. अशा माणसाला मी थांबवतो. ह्या खोलीत बसवतो. अजून...अजून तुला कोणीतरी विश्वासात घ्यायला तयार आहे, असा दिलासा देतो. अशा लोकांसाठी ती खोली आहे.''

''ती खोली काय त्याला कपाळ सावरणार!'' शामनं कुत्सितपणे विचारलं.

''हाच प्रश्न तू देवळात जाणाऱ्यांना विचार. दगडाची मूर्ती, अंधार भरलेला गाभारा, कोंदट सभामंडप अशा ठिकाणी जाऊन लोकांना काय मिळतं? माणूस स्वतःच्या समाधानासाठीच सगळा व्याप वाढवतो. त्यापाठोपाठ संताप येतो आणि मनुष्य शेवटी स्वतःच्याच सहवासाला मुकतो. ह्या खोलीत तास दोन तास घालवणाऱ्या माणसाला स्वतःचाच सहवास मिळतो. एकान्त मिळतो. निरनिराळ्या लोकांच्या डोळ्यांसमोरची आभासाची पटलं ह्या इथं काही काळ दूर होतात. भावनावेगानं बधिर झाल्या मनाला बुद्धीचा किरण दिसतो.''

''कशावरून?''

''स्वतःच्या मनाप्रमाणं स्वतःचं व्यसन पुरवून घेतल्यावरसुद्धा त्या त्या लोकांना इथं तास घालवावेसे वाटतात–ह्याचाच अर्थ हा की, व्यसनपूर्तीच्या आनंदापेक्षा ते इथं काहीतरी जास्त मिळवतात. तेवढीच माझी कमाई, तेच माझ्या व्यवसायाचं यश!''

शाम अर्थातच माझी एका मूर्खात गणना करून निघून गेला. मी त्याला थांब-थांब म्हणालो, पण तो थांबला नाही. माझी फार इच्छा होती की, मोतीलाल येईतो त्यानं थांबायला हवं होतं. मोतीलाल आज येईलसं वाटत होतं.

मोतीलाल चिकार पितो. अगदी शुद्ध हरपेपर्यंत पितो. गाडीत बसून येतो. शोफर त्याला हलके हलके त्या खोलीत नेऊन बसवतो.

पहिल्या वेळीही तो पिऊनच आला होता. बाहेरचा बोर्ड वाचून तो काउंटरजवळ आला. माझ्यासमोर नोटा नाचवीत तो बेहोषीनं ओरडला, ''मला दोनशे बाटल्या सुख हवंय, आत्ताच्या आत्ता!...''

आणि तसाच तो काउंटरवरच आडवा झाला. नोकरांच्या साहाय्यानं आम्ही याला मागच्या खोलीत नेलं. त्यानंतर निवेदिता माझ्याकडे वळून म्हणाली, ''तुम्ही आत्ता ह्याला माझ्यावर सोपवा. मी सगळं सांभाळते. गंमतच पाहा तुम्ही.''

मी काहीशा अनिच्छेनं बाहेर आलो. निवेदितानं दरवाजा लावून घेतला, मी चरकलो. दारू प्यायलेला माणूस. बुद्धी गहाण पडलेला, विकारांना उधाण आलेला ! आपणही जायला हवं होतं आत! मी फिरलो. दरवाज्याच्या ग्लासपॅनेलमधून आत नजर टाकली. निवेदिताचं साहस अचाट होतं. एका

अनोळखी, प्यायलेल्या माणसासमोर ती शांतपणे बसली होती. हे धैर्य तिच्यात कुठून आलं?
मोतीलाल जेव्हा शुद्धीवर आला तेव्हा ओक्साबोक्सी रडायला लागला. मी मग आत गेलो. निवेदिता मंजुळ आवाजात त्याची समजूत घालीत होती.
''मी का पितो माहीत आहे?''
''होऽ, दुःख असह्य झालंय् म्हणून.''
''तुम्हाला कुणी सांगितलं?'' – मोतीलालनं पटकन् विचारलं. निवेदिताच्या उत्तराची मीही वाट पाहू लागलो. निवेदिता पटकन् म्हणाली,
''तुमच्या नजरेनं.''
मोतीलाल कसा कुणास ठाऊक गप्प बसला. थोडा वेळ शांततेत गेला.
''तुम्हाला असं बोलायला कुणी शिकवलं हो?'' थोडंसं माणसात येत मोतीलालनं विचारलं.
''तुमच्यासारख्या घरंदाज, सुसंस्कृत माणसाला ज्यानं व्यसनाची वाट दाखवली, त्यानं मला हे शिकवलं.''
''माझा अगदी नाइलाज झाला हो.''
''बिलकुल नाही. व्यसन चालू ठेवायला तुमच्याकडे खूप इलाज आहेत.''
''मी चुकलो.''
''बिलकूल नाही.''
''तुम्ही चुकला नाहीत – तुम्ही चकलात आणि चकवले गेलात.'' निवेदिता धडाधड बोलत होती.
''आता नाही चकणार. तसं वाटलं तर इथं येईन.''
''तुमचंच दुकान आहे.''
मोतीलाल अद्यापि येतो. पिऊन येतो; पण तो येतो कसा आणि जातो कसा हे शामनं पाहायला हवं होतं. आणि मग मला मूर्ख ठरवण्याचं धाडस करायला हवं होतं. पण एखाद्याची गणना नालायकात करताना माणसानं त्या व्यक्तीचा असा कितीसा अभ्यास केलेला असतो?
मी म्हणेन, अजिबात केलेला नसतो. ह्याच्याही पुढं जाऊन सांगेन, माझ्याइतकी माणसाची पारख कुणालाच झालेली नाही. केवळ माणसाच्या चेहऱ्याकडे नजर टाकून त्याला कोणतं सुख हवंय, हे सांगता येणं ही काय सोपी बाब आहे? विश्वनाथ सावंत जेव्हा प्रथम दुकानात आला, तेव्हा केवळ चेहरा बघून माझ्या लक्षात आलं की, स्वारीला काही काळ नुसतं पडून राहायचं आहे. ऑफिसात कामाचा ताण पडलेला असणार आणि दमल्याभागल्या ह्या जिवाला घरात सौख्य नसणार, मायेचा हात नसणार. मी आपसूकच म्हणालो, ''पाच नंबरच्या

खोलीत बसा. सगळी व्यवस्था आहे.''

पाच नंबरच्या खोलीत रेडिओग्रॅम होता. सनईच्या रेकॉर्ड्स होत्या. खोलीला प्रसन्न रंग होता. उदाधुपाचा वास होता. एका कोनाड्यात श्रीकृष्णाची संगमरवरी मूर्ती होती.

सावंत आत गेल्यावर दहाएक मिनिटांनी निवेदिता गरम गरम चहा घेऊन आत गेली. तिनं विचारलं, ''दमलात ना आज?''

ह्या एकाच प्रश्नानं सावंतांचे डोळे भरून आले.

''थोडा वेळ आता मस्तपैकी विश्रांती घ्या. चांगल्यापैकी रेकॉर्ड्स लावते. हा गरम चहा घ्या.''

वीस-पंचवीस मिनिटांनी मी सहज आत गेलो. सावंत डोळे मिटून पडले होते. बिस्मिल्लाखानची तोडीची गत चालू होती. चहाचा कप तसाच होता.

''सावंत, चहा निवला ना !''

डोळे उघडून रुद्ध आवाजात सावंत म्हणाले, ''गार चहाचीच सवय झाली आता. बायको महिला मंडळाची अध्यक्ष आहे. सुखी संसारावर तिची ओळीनं साठ व्याख्यानं झाली. परवाच तिचा सत्कारही झाला. मी मात्र घरी रोज कुलुपाचं दर्शन घेतो. घरचा गरम चहाचा कप मला आठवतच नाही. तिनं कुठंही जावं, काहीही करावं. माझी सेवा कर असंही मी सांगत नाही. फक्त एक मामुली अपेक्षा आहे. सबंध दिवसात माझी म्हणून तिनं फक्त पाच मिनिटं ठेवावीत. फक्त पाच मिनिटं...दिवसाकाठी...तिनं सर्वस्वानं माझ्या वाटणीला ठेवावीत. बाकी काही नको.'

– आणि सावंतांनी तो गार चहाचा कप उचलला. मी त्यांना थांबवलं. निवेदितानं पुन्हा चहा गरम करून आणला. आणि तो जीव केवळ एका गरम चहाच्या कपानं आणि त्याची मामुली चौकशी केल्यानं तरतरित झाला.

सौख्याच्या मर्यादा कमी करत आणल्या तरी, माणूस किमान सौख्याला पारखा व्हावा अं?...आणि शाम खोलीत डोकावून म्हणतो, 'डबलबेड नाही...म्हणजे 'त्याचीही' सोय दिसत नाही.'

अरे लेका, सुख सुख म्हणतात ते काय फक्त स्त्रीस्पर्शात आणि उपभोगातच आहे का रे?...मग तुला त्यागातलं सौख्य केव्हा कळणार? मी काही फिलॉसॉफी ऐकवीत नाही तुम्हाला. किंवा तुमच्या जीवनाचं महान तत्त्व कशात आहे, हेही ठसवत नाही तुमच्यावर! माझं तेवढं वयही झालेलं नाही. मी अजून तरुण आहे. माझ्या लाडक्या निवेदिताशी मी चार शब्द बोलायला मोकळा नाही ह्या व्यापापायी! त्याची मला जाणीव आहे, टोचणी आहे. केव्हा केव्हा तळमळतोही, पण मग आठवतात सावंत आणि मोतीलाल! दोघांची व्यथा

एकच आहे. दाराशी गाडी आहे म्हणून मोतीलाल व्यथेचा वणवा एका ग्लासात विझवू शकतो. आणि सावंत एका गरम चहाच्या कपावर खूष होतात! खरंच, एकदा मी पण पाच नंबरच्या खोलीत जाऊन बसणार आहे. निवेदिताला सांगणार आहे, 'पाचच मिनिटं माझ्याशी बोल. माझं सौख्य...' पाहा, त्यागाच्या गोष्टी सांगता सांगता मी सौख्याच्या गोष्टी बोलू लागलो. साहजिक आहे. त्यागाबद्दल मी काय तुम्हाला सांगावं? त्याग हा सांगावा लागत नाही! तो दिसतोच!...समोरच्या फूटपाथवरून चाललेला शामसुंदर पाहिलात का? – पण तुम्हाला तो नाही दिसायचा. त्याच्या अंगावर फाटके कपडे आहेत. त्यानं केलेल्या त्यागानं वर्तमानपत्रांचे रकाने भरलेले नाहीत. हल्लीच्या जगात नुसती त्यागी माणसं जगत नाहीत. त्याचीही जाहिरात व्हावी लागते. मग त्या त्यागाला तेज चढते. ह्या तेजाची भूक शामसुंदरच्या बापाजवळही नव्हती. नाहीतर वयाच्या ऐक्क्यांशीव्या वर्षांपर्यंत चित्रकलेची सेवा करूनही, एक अज्ञात कलाकार म्हणून तो मेला नसता. शामसुंदरचा बाप मेला आणि लोक जागे झाले. बाकी ह्या बाबतीत लोकांना दोष देण्यात अर्थ नाही. बापाच्या हयातीत शामसुंदर त्यांच्याशी फटकून राहिला. सगळ्या व्यसनांना त्यानं उदार आश्रय दिला. आपल्या पश्चात मुलाचं ठीक व्हावं, चरितार्थ चालावा म्हणून सतीशचंद्रांची सेवा अखंड चालू होती. सतीशचंद्रांच्या निधनानंतर लोक आणि शामसुंदर - दोघांनाही जाग आली. त्यांच्या एकेका कलाकृतीचं मोल हजारांनी करण्यात येऊ लागलं; आणि त्याच वेळी मवाली, उनाड शामसुंदर आमूलाग्र बदलला. एका रात्रीत तो लक्षाधीश व्हायचा, पण तसं घडलं नाही. बापाची पाचशे पेंटिंग्ज घेऊन तो माझ्याकडे आला.

"तुमच्या दुकानाची जाहिरात वाचून आलो."

"या. काय हवंय बोला?"

"मी घ्यायला आलो नाही–तर–द्यायला आलोय. माझ्या वडिलांची पेंटिंग्ज मी तुम्हाला फुकट देतोय. फुकट!"

"फुकट?"

"होय. ह्याच्यावर सगळ्यांचा डोळा आहे. पण तो कलेसाठी नाही, तर त्याचा व्यापार करता यावा यासाठी आहे. बेकार व उनाड मुलाचं आपल्या पश्चात काय होईल, ह्या विवंचनेनं वडिलांनी रात्रीचा दिवस केला. दहा रुपयाला एक चित्र जरी मी आज विकलं तरी पंधरा-वीस हजाराला मरण नाही आज!"

"मग तुम्ही तसं..."

"माफ करा. पुढचं सांगू नका. बेकार असलो तरी, वडिलांचं नाव लावतो आहे. उपाशी तडफडत मरेन मी, पण हे पापी पोट भरण्यासाठी त्यांची कला

पणाला लावणार नाही, ही पेंटिंग्ज मी तुम्हाला तशीच देतोय. लोकांना सुख देण्याचा तुमचा व्यवसाय आहे, ह्या कलाकृती पाहून लोकांना सौख्य मिळणार आहे.''

माझ्याकडे चित्रं टाकून शामसुंदर निघून गेला. अजून तो बेकार आहे. फाटक्या कपड्यांत वावरतोय.

एकदा एक गंमत झाली. एक वल्ली दुकानात आली. निवेदिता काउंटरवर होती. मी आतल्या भागात होतो. निवेदितानं मला बोलावणं पाठवलं म्हणून बाहेर आलो आणि अभावितपणे शंकरला म्हणालो, ''शंकर, ह्यांना वरच्या हॉलमध्ये घेऊन जा.''

शंकर गेल्यावर निवेदिता म्हणाली, ''तुम्ही त्याला वर पाठवायला नको होतं.''

''मुद्दाम पाठवलं. सतीशचंद्रांची रामायण, महाभारतावरील चित्रं आहेत तिथं.''

''म्हणूनच पाठवायचं नाही त्याला तिकडे.''

''का?''

''माझा आपला अंदाज; की तो स्त्रीद्वेष्टा असावा.''

''कशावरून?''

''दुकानात मी एकटी दिसल्यावर सरळ चालायला लागला. शंकरनं त्याला अडवलं.''

''मग, तुझ्या मते मी त्याला कुठे पाठवायला हवा होता?''

तेवढ्यात फोनची घंटा वाजली.

''अग बाई, विसरलेच. आज फोन करायचा वार.''

''म्हणजे?'' मी आश्चर्यात पडून विचारलं,

''तुम्हाला सांगायचंच राहिलं! बोकील नावाचा एक गृहस्थ आहे. बड्या ऑफिसरचा क्लार्क आहे. त्याच्या साहेबाला सारखे फोन येतात. त्याला मात्र कुणीच फोन करीत नाही. गेल्या आठवड्यापासून मी त्याला एक दिवसाआड फोन करते. आज विसरले. बहुतेक त्याचाच फोन असेल. दुकानात कधी आला नाही. बेटा नुसत्या आवाजावरच खूष आहे.''

निवेदिता फोनवर बोलू लागली. तेवढ्यात शंकरबरोबर गेलेला गृहस्थ तावातावानं खाली आला.

''तुमचं नुकसान किती झालं ह्याचा आकडा बोला.''

''म्हणजे?''

''या वरती. म्हणजे कळेल.''

मी वरती गेलो; आणि माझं मस्तक सुन्न झालं. मनावरचा ताबा सुटायची वेळ आली. निवेदिता जर तेवढ्यात आली नसती तर मी त्या माणसाला कदाचित

पिटलासुद्धा असता. सतीशचंद्रांची रामायण-महाभारतावरची सगळी चित्रमाला त्यानं फाडून, विद्रूप केली होती.
मी काही बोलणार तेवढ्यात तो म्हणाला, "माझ्या जीवनात पावलोपावली बाईमुळं घोटाळा झाला आहे, वाट लागली आहे सगळ्याची. हे सगळं विसरण्यासाठी इथं आलो, तर इथंही तेच...रामायण व महाभारत! पहिल्यात एकाचे हाल झाले, तर दुसऱ्यात पाच नवऱ्यांचे हाल झाले. हत्त्या कितींची झाली हे तर सांगायलाच नको. फाडून टाकलं सगळं. प्रत्यक्षात ज्यांचे गळे घोटता आले नाहीत, त्यांचा सूड मी इथं उगवला. तुमचा आकडा सांगा !"
माझी मती गुंग झाली होती. तेवढ्यात निवेदितानं सावरलं. तिनं विचारलं, "तुमचं समाधान झालं का? सौख्य मिळालं?"
"अलबत् !"
"किती रुपयांचं?"
इथं तो गडबडला.
"तुमचं सौख्य काय किंमतीचं होतं ते तुम्ही ठरवा. आमच्या नुकसान-भरपाईचा प्रश्न नसून तुमच्या सौख्याचा प्रश्न आहे. आम्हाला त्याची किंमत हवी. आमच्या चित्रांची नको."
आमच्यासमोरून तो धाड्धाड् जिना उतरून निघून गेला. विल्हेवाट लागलेली ती चित्रं बघताना माझे डोळे भरून आले. सतीशचंद्रांची कला मातीत गेली होती. शामसुंदर म्हणाला होता – 'लोकांना सौख्य मिळेल ह्या चित्रांनी.'
निवेदिता माझ्याजवळ आली. तोच शंकर परत वरती आला––
"खाली एक बाई आल्या आहेत."
"विचार त्यांना काय हवंय?" – मी तुटकपणानं म्हटलं.
"शॉपिंगला जाण्यासाठी कंपनी हवीय्."
"निवेदिता तू जा. मला जरा घटकाभर बसू दे."
"छे, छे. तुम्हीच जा. इथं विचार करत नाही बसायचं. त्या गृहस्थाला ही चित्रं फाडावीशी वाटली, ह्यातच त्या कलेचं श्रेष्ठत्व आहे. तुम्ही वाईट वाटून घेऊ नका. आपला व्यवसायच सगळा तारेवरचा आहे. जाऊन या तुम्ही."
विशेष काही न घडल्याचा देखावा करीत मी खाली आलो. एक सुखवस्तू, साधारण वयस्कर पण ठसठशीत व्यक्तिमत्व असलेली बाई तिथं उभी होती. सगळं पूर्वनियोजित असल्याप्रमाणे मी म्हणालो, "चला, आपण शॉपिंगला जाऊ या. चालेल ना? मिसेस जरा बिझी आहेत."
"जाऊ या ना. मला फक्त कंपनी हवी. तुमच्या मिसेस पण ह्या व्यवसायात आहेत ह्याची कल्पना नव्हती."

''वा, तिची मदत तर विचारू नका. माझ्यापेक्षा तीच जास्त लायक आहे हा व्याप सांभाळायला!'' – दुकानातून बाहेर पडता पडता मी म्हणालो.

''काँग्रॅच्युलेशन्स! आमच्या मिस्टरांना हे समजलं तर ते मला पुन्हा सुनवतील त्याचं नेहमीचं मत!''

''काय?''

''त्यांचं म्हणणं असं की, त्यांच्याबरोबर मी त्यांच्या कारखान्याच्या कारभारात लक्ष घालावं.''

''तुमच्यासारख्यांना ते अशक्य नाही एवढं.''

''हो, आणि घरातलं कुणी बघायचं? ह्यांनी भलता व्याप वाढवून ठेवलाय. तीनही भाऊ कारखान्यात असतात; घरात सगळी मिळून बावीस माणसं आहेत. पण जो तो आपापल्या व्यवसायात. सगळा संसार मीच संभाळते. ह्या सगळ्या व्यापात मी माझं मीपण विसरून गेले आहे. सहा महिन्यानं फक्त एकदा शॉपिंगला बाहेर पडते, त्या वेळी मात्र मला हमखास कुणीतरी बरोबर लागतं. आज कुणीही रिकामं नाही घरात ! भाऊजी म्हणतात, फोर्टमध्ये सुख वाटण्याचं दुकान निघालंय् – तिथं सगळं मिळतं.''

''बरोबर सांगितलन्. इथं सगळं मिळतं.''

''एकदा मिस्टर दामल्यांना इथं आणलं पाहिजे.''

''म्हणजे तुम्ही पुन्हा शॉपिंगला चला म्हणणार नाही.''

''म्हणजे?''

''दामल्यांना इथं यायला सवड मिळाली, तर ते शॉपिंगलाच नाही का येणार?'' – मिसेस दामले मनापासून हसल्या. त्यांची सगळी खरेदी आटोपल्यावर मी त्यांना म्हणालो, ''चला, काहीतरी खाऊ या. एखादं ड्रिंक घेऊ या.''

''थँक्स. मी बाहेर काही खात नाही. आणि कधी हॉटेलात वगैरे गेलेच तर फक्त ह्यांच्याबरोबर जाते.''

तिच्या स्पष्टोक्तीवर मी खूष झालो; आणि मी जरी नाखूष झालो असतो तरी तिला त्याची पर्वा वाटलीच नसती.

मी दुकानात आलो तेव्हा निवेदिता कुठंतरी बाहेर गेली होती. सुमारे तासाभरानं ती परतली, ती एका आलिशान गाडीतून! तिच्यापाठोपाठ एक रुबाबदार गृहस्थ दुकानात आला.

''हे आमचे मिस्टर बरं का! – आणि हे श्री. पी. केदारनाथ.'' निवेदितानं आमची ओळख करून दिली.

''तुमची कल्पकता अजोड आहे. असा व्यवसाय चालू केल्याबद्दल तुमचं अभिनंदन करू, का तुम्हाला तन-मन-धन अर्पण करून साथ करणाऱ्या

तुमच्या मिसेसचं अभिनंदन करू, हा पेच पडलाय मला.''
''आमच्यापैकी कुणाचंही अभिनंदन केलंत तरी ते प्रत्येकाला पोहोचेल.''
''आणखीन थोड्याच दिवसांत महाराष्ट्राला एक नामवंत लेखक लाभणार आहे. ह्यांच्या कथा तुम्ही एकदा वाचाच!'' – निवेदितानं सकौतुक सांगितलं.
''आपल्या ह्या दुकानासाठी त्यांच्याकडून कल्पना घे, मनुष्यस्वभावाबद्दलचा त्यांचा व्यासंग मोठा असणार.''
''छे छे, तुमच्याइतका नाही. निरनिराळी माणसं पाहण्यासाठी मीच इथं काउंटरवर बसायला यावं म्हणतोय.''
''जरूर. दुकान तुमचंच आहे.''
केदारनाथ पै खरोखरच तेव्हापासून येऊ लागले. बी. एम्. क्यू. १७७१ ही अलिशान गाडी रोज दुकानासमोर लोकांना दिसू लागली. ह्या माणसाचं मला एक नवल वाटत होतं, की ओळख होऊन एवढे दिवस होऊनही त्यानं माझ्या आणि निवेदिताबरोबर तेवढंच अंतर ठेवलं होतं. फाजील सलगी कधीच दाखवली नाही.
दुकानाचा व्याप वाढतच होता. मी मग आणखीन एक शेजारचा गाळा विकत घेतला. केदारनाथ पै होतेच मदतीला. नोकर-चाकर वाढवले. चांगले सुशिक्षित लोक मदतीला घेतले. नंतर निवेदिताची आणि माझी गाठभेट होणं मुष्कील होऊन बसलं. ह्या ना त्या, अगदी क्षुल्लक, अल्प सौख्यासाठी लोक दुकानात गर्दी करून सोडत होते. सौख्य मिळविण्यासाठी राक्षसी महत्त्वाकांक्षा उराशी बाळगणारेही भेटत होते आणि अगदी मामुली गोष्टीत धन्यता मानणारे अल्पसंतुष्टही येत होते. सदानंद वर्तक त्यातलाच. गावाला जाण्यापूर्वी यायचा. निवेदिता त्याला नुसतं सांगायची, ''जपून जा. घरी पत्र वगैरे पाठवा. तब्येतीला जपा. जागरणं करू नका. स्वेटर वगैरे आहे ना बरोबर?'' – एवढ्यावर गडी खूष व्हायचा. एक गृहस्थ लता मंगेशकरचं 'जा मुली जा' हे भावगीत ऐकायला रोज येतात. तेवढं एकच गाणं ऐकतात, जातात. दोन दिवसांपूर्वी त्याचा उलगडा झाला. स्वतःच्या मुलीचं त्यानं म्हणे बळजबरीनं लग्न जमवलं होतं. शेवटपर्यंत तिनं काहीही दर्शवलं नाही. वरात जेव्हा वराकडे पोचली, तेव्हा सजवलेल्या गाडीत मुलगी मेलेली आढळली.
काल तर दुकान बंद व्हायच्या वेळेला एक गृहस्थ दुकानात आला. त्यानं मला विचारलं, ''रात्री दुकान उघडं आहे का?''
''नाही. का?''
''एक नाटक लिहिलंय–वाचून दाखवायला येणार होतो. एका अनोळखी व्यक्तीचं, प्रेक्षक म्हणून मला स्पष्ट मत हवंय.''

''बरं, या तुम्ही. मी आहे इथं.''

निवेदिता मात्र नाराज झाली. तिनं नाराजी उघड उघड व्यक्त केली नाही. मी खनपटीला बसलो तेव्हा तिनं सांगितलं, ''सिनेमाची तिकिटं आणली होती.''

''मग काय करू या?''

''काही नाही.''

तिचा तुटकपणा मला जाणवला. मी तिची समजूत घालणार तोच दाराशी गाडी थांबली. आतून मोतीलाल उतरला. त्याची अवस्था आज मात्र बघवत नव्हती. त्याची येण्याची ही वेळही नव्हती. तो खोलीत जाऊन बसला. पाठोपाठ मी गेलो. पण एकंदर अवस्थेवरून मी त्याला सावरू शकेन असं मला वाटेना. मी निवेदिताला बोलावलं. माझ्याकडे न बघता ती म्हणाली, ''मी आज बसणार नाही. मला त्याची भीती वाटते.''

''तूच बोलते आहेस हे?''

''हो, माझ्यात ती ताकद नाही आज.''

जबरदस्तीत अर्थ नव्हता. मीच त्याला मग कसातरी वाटेला लावला. निवेदिता तोपर्यंत घरी गेली. दुकानाची एक फळी उघडून ठेवून मी आत बसलो. डोळे मिटून मी त्या नाटककाराची बसल्याबसल्या वाट पाहू लागलो. जरा वेळानं सहज डोळे उघडतो तो समोर केदारनाथ बसलेले.

''अरे, तुम्ही केव्हा आलात?''

''पाच-दहा मिनिटं झाली.''

''उठवलं का नाहीत मग?''

''अशी तुमची तंद्री मोडली असती तर, इतके दिवस इथं राहून मी काहीच शिकलो नाही, असं म्हणावं लागेल.''

– आम्ही दोघंही हसलो.

''इतका वेळ तुम्ही कसे इथं?'' मी विचारलं.

''घरी जाऊन आलो, तुमचा निरोप घ्यायला.''

''म्हणजे?''

''मी जातोय इथून. कायमचा!''

''म्हणजे? कुठं?''

''कुठं, तेही अजून ठरवलं नाही. इथं कंटाळलो एवढंच.''

''एवढी विविधता रोज बघता तरी कंटाळलात?''

''कसली विविधता? – सगळं एकच. ह्याला कोण म्हणतंय् विविधता?... निरनिराळी असंख्य गिऱ्हाईकं, ह्याला तुम्ही विविधता म्हणता? अजब आहे. काही नवीन नाही, विविध नाही. दुःखाची भावना एकच. व्यथेची जात एकच!

आता हे दु:ख नाही बघवत. काहीतरी पाहीन, शिकेन अशी उमेद होती.''
''तुम्ही काहीच शिकला नाहीत?'' – मी अचंब्यानं विचारलं.
''शिकलो असेनही! – पण त्या शिक्षणानं उमेद आली नाही. आनंद मिळाला नाही. सगळी मानवजात पिचलेली आहे, दु:खी आहे, हे ज्ञान काय आनंद देणारं आहे का? – मग कशाला शिकायचं असलं? त्यापेक्षा अज्ञान बरं. तुमच्या दुकानात येण्यापूर्वीच मी सुखी होतो. अगणित पैसा जवळ होता, आजही आहे. कुठं बाहेर पाहात नव्हतो, बाहेरचं ऐकत नव्हतो. मनाला वाटेल ते लिहीत होतो. अतिरंजित असे शिक्के बसून लिखाण परत येत होतं. तेव्हा वाईट वाटायचं. आता वाटतंय, साभार परत येण्यातही आनंद होता. माझी पातळी कुणाला कळत नाही, असं बेधडक म्हणता येत होतं. शेवटी ह्या वास्तवतेच्या, भावदर्शनाच्या आहारी गेलो आणि सगळंच समाधान गमावून बसलो. तरी बरं, लवकर सावध झालो. उद्या परत मी माझ्या विश्वात जाणार. मन चाहेल ते करणार.''
केदारनाथ गेल्यावर मला गरगरायला लागलं. पायातली शक्ती संपेपर्यंत पळत राहावं अशी इच्छा झाली. माझ्या मन:शांतीला फार मोठा सुरुंग लागला. व्यवसाय चालू केल्यापासून दुकानात येऊन दु:ख पदरी पडलेला एकटा केदारनाथ!
हा डंख फार खोलवर होता. आता नाटक ऐकण्याच्या मन:स्थितीत नव्हतोही. विमनस्क अवस्थेत मी उठलो. काउंटरचा आधार घेतल्याशिवाय मला चालवेना. दरवाज्यापर्यंत मी पोचलो आणि संध्याकाळचा गृहस्थ हातात चोपड्या घेऊन हजर झाला. त्याला 'या बसा' देखील न म्हणता मी एकदम विचारलं,
''तुमच्या कथानकाची मध्यवर्ती कल्पनाच फक्त सांगा!''
उमेदीनं तो म्हणाला, ''दोन माणसांच्या मध्यभागी पाण्यानं भरलेला अर्धा ग्लास आहे. एक म्हणतो, अर्धा ग्लास रिकामा आहे. दुसरा म्हणतो, अर्धा ग्लास भरलेला आहे.''
मी थोडासा सावरलो. नीट उभा राहिलो. मानेला एक हिसडा दिला आणि सहज त्याला विचारलं, ''त्या दुसऱ्याचं नाव काय?''
''केदार !''
एकदम म्हणालो, ''आपण नाटक वाचू या.''
नाट्यवाचन संपून झोपायला रात्रीचे दोन वाजले. दुकानावरच झोपलो. जागरणानं डोळे जड झाले आहेत. सकाळी चांगली ताणून देणार होतो. पण उजाडताच दाराशी एक ट्रक उभा राहिला. पाठोपाठ दार पण ठोठावलं गेलं. दार उघडताच ड्रायव्हरनं हातात एक पाकीट दिलं. अधीरतेनं मी पाकीट फोडलं.

प्रेमपूर्वक नमस्कार,
सतीशचंद्रांची चित्रं फाडणारी काही दिवसांपूर्वीची व्यक्ती मी! मला किती किंमतीचं सौख्य मिळालं ह्या प्रश्नाला मी तेव्हा उत्तर दिलं नाही. सतीशचंद्रांच्या एका पट्टशिष्याची त्याच विषयावरची चित्रमाला मी मोठ्या कष्टानं मिळवली. ती पाठवत आहे. सतीशचंद्रांची कला अद्यापि जिवंत आहे व आपली परंपरा ठेवीत आहे, हे पाहून आनंद होईल आपल्याला, तेच आपल्या प्रश्नाचं उत्तर. ही चित्रमाला मिळवून देण्यात एका स्त्रीचं अमोल साहाय्य झालं, हे आपल्या मिसेसना मुद्दाम सांगावं.'
आपला
'...'

पत्राखाली सही नव्हती. शंकरला सामान उतरवून घ्यायला सांगून मी घरी धाव ठोकली. निवेदिताला भेटायला मी आतुर झालो होतो.

पण माझी तेवढीच निराशा झाली. निवेदिताऐवजी तिनं माझ्यासाठी ठेवलेली चिठ्ठी मिळाली :

प्रिय नाथ,
साऱ्या गावाला आपण सौख्य वाटत आहात; पण जिनं तुम्हाला ह्या प्रयोगात अमोल मदत केली आणि जी तुम्हांला अति प्रिय होती–त्या पत्नीचं सौख्य कशात आहे, हे तुम्हाला कळलं नाही. मी केदारनाथ पै यांच्याबरोबर सुखाच्या शोधार्थ बाहेर पडत आहे. माझा शोध तुम्ही घेणार नाही ही आशा आहे. ह्या सौख्याची किंमत सांगता येणार नाही, ह्यात नवल नाही. रामायणाची चित्रे फाडणाराही स्वत:च्या सौख्याचं मोल करू शकला नाही; तरी पण केदारच्या आग्रहाखातर दोन लाखांचा चेक ठेवीत आहे.
—निवेदिता.

ऐकलीत ही कहाणी? काय वाटलं? –माझं सांत्वन करण्यासाठी माझं दुकान शोधीत येऊ नका. मी दुकान बंद केलंय्. केदारनाथानं माझी शक्तीच नेली आहे. निवेदिता माझी शक्ती होती ती गेली. आता दुकान चालवण्याची ताकद नाही आणि अधिकारही नाही. सर्वांत प्रियतम व्यक्तीचं सौख्य ज्याला कळलं नाही, त्याला लोकांना सुख विकण्याचा काय अधिकार आहे?

हा दोन लाखांचा चेकही नको जवळ. तुम्ही घेऊन जा. लाखो मोलाचे अनुभव जवळ आहेत. लाख रुपये खर्च करूनही तुम्हाला हे अनुभव मिळायचे नाहीत. कारण एका मूर्खाचे अनुभव शहाण्यांना कसे येणार?

अर्ध्यावर विरले गीत

"मिस् केळकर, तुमचं काम फार पेंडिंग राहतं. तुम्हाला ह्याची दखल घ्यायला हवी."
केळकर चुपचाप उभी होती. मला तिचा आता कंटाळा आला होता. तिचा पांढुरका चेहरा, निस्तेज नजर आणि घुमी वृत्ती ह्या सगळ्यांचा उबग आला होता. तिच्या चेहऱ्यावर लाचारी नसायची, पण भलतीच बावळट होती ती! वास्तविक ती रेखीव होती. नाकी-डोळी आकर्षण वाटावं एवढी ती नीटस होती. पण स्वत:जवळ बरे दिसण्याइतपत गुण आहेत ह्याची तिला ओळख नव्हती. तशी जाणीव अनेकांना नसते बाकी, पण मरगळलेल्या हालचाली, निस्तेज नजर आणि सगळ्या अंगोपांगावर, प्रत्येक कृतीवर कमालीचं औदासीन्य...त्याचं काय?
जितके दिवस दुर्लक्ष करता येण्यासारखं होतं तितकं दुर्लक्ष मी केलं! मनात म्हणत होतो, कुणी सांगावं, वरवर निस्तेज दिसणारी ही बया कामात तरबेज असेलही. आणि ह्याच विचारापायी मी दिना परांजपेला त्या दिवशी सांगितलं, "दिना, त्या नवीन आलेल्या केळकरबाईंना कामाची कल्पना दे; आणि एकदोन दिवसांत रिपोर्ट दे."
पण दिनादेखील असा, त्यानं मला काही पत्ता लागून दिला नाही. मी त्याला एकदोनदा हटकलं, त्या वेळेला काहीतरी उत्तर देऊन त्यानं तो विषय बदलला. त्या वेळी माझ्यापासून काहीतरी लपविण्याचा त्याचा उद्देश असावा असं मला वाटलं नव्हतं! दिनावर माझा पूर्ण विश्वास होता. त्याच्या स्वत:च्या भावनाप्रधान आणि उमद्या स्वभावानं त्यानं माझा विश्वास कमावला होता. तसं त्याचं-माझं नातं पाहता मी बॉस आणि तो माझा असिस्टंट! केवळ वर्षा-दीड वर्षांपूर्वी तो आमच्या ऑफिसात आलेला! वय जेमतेम बावीस-तेवीस, प्रकृती सशक्त; आणि प्रमुख गुण म्हणजे चेहरा सदैव

टवटवीत. नजर दुसऱ्याला आपलंसं करू पाहणारी. वाणी मिठ्ठास, मॅनर्स एकदम पॉलिश्ड्! कमालीचा भाबडा, भावनाप्रधान. वयानुसार काहीतरी करून दाखवण्याची खुमखुमी आणि एरव्हीचं बोलणं–चालणं असं की, वाटावं, केवळ दुसऱ्याचा विचार करायलाच हा प्राणी जन्माला आलाय् ! आणि त्याच्या ह्याच स्वभावाची मला नेहमी धास्ती वाटायची. कुणी सांगावं, भावनेच्या भरात ही दिनासारखी माणसं कुणालाही, कसलाही शब्द देऊन बसायची. आता हेच पाहा ना, दिनावर मी एवढा विश्वास टाकला होता; पण केळकरच्या बाबतीत दिनानं मला काहीच पत्ता लागून दिला नव्हता. त्याचं-माझं बॉस आणि असिस्टंट हे नातं केव्हाच संपुष्टात आलं होतं. वयात अंतर असूनही तो माझा मित्र झाला होता. दिनाच्या वडिलांचा व माझा परिचयदेखील अल्पकाळातच झाला. दिनाला आई नव्हती, त्यामुळे अप्पांचं एकमेव विश्रांतिस्थान दिना असल्यास नवल नव्हतं!

हे असं सगळं होतं तरी, केळकरबाबत दिनानं मौन राखलं होतं. केळकरच्या बाबतीत लक्ष घालण्याची पाळी माझ्यावरदेखील आली नसती; पण दिना गेले आठ दिवस रजेवर होता आणि कामाची माहिती करून घेण्यासाठी ह्या मुखदुर्बळ केळकरला मला तिसऱ्यांदा केबिनमध्ये बोलावण्याची पाळी आली होती. केळकर अजून तशीच उभी होती. मख्ख! माझा पारा आणखीन चढला. एवढ्या बावळट, मुखदुर्बळ मुलीत दिनाचं इंटरेस्ट असावं आणि त्यानं तिला झाकण्याचा प्रयत्न करावा, ह्या गोष्टीचा राग आता उफाळून यायला लागला. तरीदेखील शक्यतो संयमानं मी म्हणालो,

''केळकर, ह्या आठवड्यात मी तुम्हाला आज तिसऱ्यांदा सांगतोय. तुमच्या कामात काहीही फरक नाही पडलेला. What is wrong with you?'' तरी ती गप्पच.

''तुम्हाला काम होत नसेल तर नोकरी सोडून द्या.'' मी कडवटपणे म्हणालो. त्यावर तिनं चमकून माझ्याकडे पाहिलं. तिच्या निस्तेज नजरेत क्षणभर विलक्षण काहीतरी चमकलं! देह लवमात्र ताठ झाला. चेहऱ्यावर तरतरी आली. पण हे सर्व निमिषभरच! परत ते आलेलं अवसान नाहीसं झालं. नजर खाली वळली. आणि ती अस्पष्टपणे म्हणाली,

''माझ्यावर चार पोटं अवलंबून नसती तर नोकरी सोडली असती.''

आणि त्यानंतर एखादी वेल उन्मळून पडावी त्याप्रमाणे ती शेजारच्या खुर्चीत जवळ जवळ कोसळली.

मी गडबडून गेलो. काही सुचेना. मला तिची एकाएकी कीव आली. वाटलं, तिच्या पाठीवरून हात फिरवून तिला धीर द्यावा, सावरावं. पण म्हटलं नको.

कोण कसा अर्थ घेतो, कोण कसा! बेल वाजवून मी शिपायाला पाणी आणायला सांगितलं, तशी केळकर उठून उभी राहिली.
''तुम्हाला बरं वाटत नसेल तर बसा थोडा वेळ.''
''नको. मी ठीक आहे. मघाशी काहीतरी बोलून गेले, मला क्षमा करा. मी नोकरी करतेय तेव्हा मला व्यवस्थित काम करायलाच हवं. येते मी.''
केळकर केबिनमधून बाहेर गेली आणि मी नुसताच तिच्याकडे पाहात बसलो.

मधे जेमतेम चारच दिवस गेले आणि केळकरला पुन्हा केबिनमध्ये बोलावण्याची वेळ आली.
''मिस् केळकर, तुम्हाला परत परत एक्स्प्लनेशन विचारावं असं वाटत नाही मला. पण तशी वेळ तुम्हीच आणताहात. कालच्या चौदा फाईल्स होत्या, त्यांतल्या फक्त नऊच फाईल्स मला मिळाल्या. तुम्हाला काही अडचण असेल तर मला सांगा. मी जरूर ती मदत करीन; पण कामाच्या बाबतीत असं मला खपणार नाही. एका तासाच्या आत मला सगळ्या फाईल्स हव्यात.''
केळकर बाहेर गेली आणि त्याच वेळेला दिना आत आला.
''केव्हा आलास?''
''आजच.''
''बस ना!''
''नको. काम उरलंय.''
''आता काय काम राहिलंय तुझ्याकडे?''
दिनानं त्याच्याकडच्या फाईल्सचा पाढा वाचला. मी त्यावर काही बोललो नाही.
दिना जायला निघाला तसं मी विचारलं,
''सहजच आला होतास ना?''
घुटमळत दिना म्हणाला,
''काम होतं थोडंसं!''
''बोल.''
''नको, संध्याकाळी सांगेन.''
''आत्ताच सांग. संध्याकाळी मीटिंग आहे मला. आणि हो, केळकरकडे त्या चारपाच फाईल्स राहिल्या आहेत, त्या मला तासात हव्या आहेत.''
''आणतो. त्या माझ्याजवळच आहेत.'' दिना म्हणाला.
''तुझ्याजवळ?''
''हो आणि...'' दिना घुटमळला.
''सांग, सांग.''

''केळकरला जे काही काम दिलं जाईल त्याची जबाबदारी माझ्यावर राहील. तुम्ही तिला काही विचारीत जाऊ नका.''

''दिना, ऑफिसच्या व्यवहारात ही बाब बसत नाही.''

''माझ्यासाठी करा.''

एवढं बोलून दिना ताडकन् बाहेर गेला. त्याच्या ह्या तुटकपणानं मला धक्का बसला. वाईटही वाटलं. ऑफिससारखं नातं न ठेवतादेखील तो आज चमत्कारिक वागला होता. ह्या गोष्टीचा खेद तर होताच, पण एका मुलीपायी त्यानं माझ्याशी तिऱ्हाइतासारखं वागावं, ह्याचं दुःख जास्त होतं. दोन-तीन दिवस मीही लक्ष घातलं नाही. जेवढ्यास तेवढं वागलो. त्यानंतर एक दिवस दिना अचानक केबिनमध्ये आला.

''माझं थोडं काम होतं.''

त्याचा हा औपचारिकपणा न रुचून मी मुद्दाम म्हणालो,

''ऑफिसचं असेल तर आत्ता, नाहीतर संध्याकाळी पाचच्या पुढे.''

माझ्यासमोर बसत दिना म्हणाला,

''एक वर्षाची बिनपगारी रजा मिळेल का?''

''तुला हवीय?''

''नको.''

''मग कुणाला?''

''केळकरला.''

''नाही मिळणार. तुला नियम माहीत आहेत ऑफिसचे.''

''माहीत आहेत म्हणूनच तुम्हाला एक सांगावयाला आलो होतो. तुम्ही काही तरी करा.''

''दिना, मला सगळंच तुझं नवल वाटतं आहे. तुला गेले काही दिवस काय झालंय् तरी काय?''

''मी सांगणार आहे सगळं. पण आधी केळकर...''

''सॉरी, दिना, I cannot do anything.''

''नाना, हा एका व्यक्तीच्या आयुष्याचा प्रश्न आहे.'' दिना एकदम म्हणाला. तेवढ्यात फोनची घंटा खणखणली. 'संध्याकाळी घरी भेट' असं दिनाला सांगतानाच मी फोन उचलला.

ऑफिस सुटल्यावर मी घरी पोचतो तोच, दिना घरी आला. माझे कपडे बदलून होईतो आणि मी तोंड धुऊन येईतो तो बाहेरच बसून राहिला होता. वास्तविक, एरव्ही तो थेट स्वयंपाकघरापर्यंत यायचा. माझ्या बायकोची थट्टामस्करी

करायचा. पण आज तो भलताच शांत होता. इतकंच नव्हे, मी त्याच्याजवळ येऊन बसलो तरी तो गप्पच होता.

गेल्या आठ दिवसांत तो पार बदलला होता. ह्या भावनाप्रधान माणसांचं हे असंच असतं बाकी! एवढीशी गोष्ट ते मनाला इतकी लावून घेतील की, पाहणाऱ्याला वाटावं, सर्वनाश जवळ आलाय. ही अशी माणसं जगावर बेहद्द प्रेमही करतात आणि तेवढ्याच तीव्रतेनं जगापासून दूर पळण्याचाही प्रयत्न करतात. दिनाच पाहा ना, आठ दिवसांत अगदी सुकला होता! कोणत्यातरी परस्परविरोधी शक्तीशी सामना दिल्याचे भाव व त्यातून निर्णयाला न आल्यानं उडालेला गोंधळ, असा काहीतरी चमत्कारिक चेहरा झाला होता त्याचा!

एकदम मुद्द्याला हात घालीत मी म्हणालो,

"बोला दिनकरराव, तुमची केळकर काय म्हणते?"

दिनकरनं अगदी चमत्कारिक तऱ्हेने, चमकून माझ्याकडे पाहिलं. त्याच्या चेहऱ्यावर एकाच वेळेला असंख्य भाव उमटले. त्यातला कोणताही भाव मात्र स्वतंत्रपणे ओळखता आला नसता. आकाशात असंख्य पतंग उडवले जाताना, काही काळ कोणत्या पतंगाचा दोरा कोणता हे जसं लक्षात येत नाही...

तेवढ्यात दिनकर म्हणाला,

"नाना..."

पुन्हा तो गप्प झाला. परत त्यानंच सुरुवात केली –

"नाना, मला एक सांगाल?"

"तू कल्पना द्यायच्या आधीच?"

"नाही...तसं नाही...पण नाना, एखाद्या मुलीनं जन्माच्या सोबतीची अपेक्षा केली तर काय करावं?"

दिनानं एका दमात प्रश्न विचारला. मी गालातल्या गालात हसत म्हणालो,

'तिच्यासाठी वर्षाच्या रजेची खटपट करावी.'

माझ्याकडे न बघता दिना म्हणाला,

"तुम्ही सगळा अंदाज केला आहेत तर."

"होय. माझे डोळे बंद नाहीत आणि ऑफिसातल्या इतर लोकांचे पण नाहीत."

"त्यांच्या डोळ्यावर येईल असं आम्ही काहीच..."

"होय होय, मुला, जरा सबूर. तुझी जबानी घेण्यासाठी मी तुला नाही इथं बोलावलं."

दिना जरा नरमला. तेवढ्यात सौ.नं चहा आणला. दिनाकडे पाहात ती म्हणाली –

"काय भावजी, काय नवीन?"

"लाडू!" मी मध्येच म्हणालो.

घरात जाता जाता सौ. म्हणाली, ''असं का? मग आता मला कंबर बांधली पाहिजे.''

''नाना, तुम्हाला पसंत आहे का?''

''होय होय, मित्रा, चहा तर घे आधी. आपल्या सगळ्या गोष्टी पुऱ्या होईतो मी तुला घालवीत नाही घरातून.''

चहा झाल्यावर मी म्हणालो, ''बोल आता.''

''केळकरबद्दल मला तुमचं मत हवंय!''

काही वेळ थांबून मी ठरवून म्हणालो, ''माझं खरं मत विचारशील तर तुझी होणारी बायको म्हणून मला ती पसंत नाही.''

''मी तिला वचन दिलंय.''

''मग प्रश्नच कुठं राहिला?''

''तुम्ही आमच्या अप्पांची समजूत घालाल का?''

''त्यात समजूत घालण्याची गरजच काय? आत्तापर्यंत अप्पांनी तुला कोणत्या बाबतीत विरोध केलाय?''

''ते खरं आहे. पण लग्नाची बाब निराळी! सून म्हणून अप्पांच्या काही कल्पना आहेत. त्या कल्पनेत...''

''केळकर बसत नाही, असंच ना?...माझं आणि अप्पांचं एकमत आहे म्हणायचं.''

''अप्पा नेहमी म्हणतात, मुलगी कशी रसरशीत हवी.''

''मग त्यात काय चूक आहे?''

''चूक नाही. पण चांगली ट्रीटमेंट वगैरे मिळाली तर रजनी होईल की चांगली.'' दिना म्हणाला. त्याच्या चोवीस-पंचविशीला तो उतावीळपणा, ती अधिरी वृत्ती आणि सगळ्या गोष्टी आपण म्हणतो तशाच घडणार आहेत, असं गृहीत धरून चालण्याची सहजप्रवृत्ती, हे सर्व शोभत होतं. कोण्या एकेकाळी मीही त्या वयात होतो. आता जरी त्या स्वप्नाळू वयाची व माझी फारकत झालेली असली, तरी त्यातल्या तीव्रतेचा मला विसर पडला नव्हता!

केळकरची सगळी माहिती विचारण्याची हीच योग्य वेळ होती. मी विचारलं, ''खरंच दिना, त्या मुलीची काय रे हकीकत आहे?''

''तिच्या घरची परिस्थिती फार वाईट आहे. ती एकटी मिळवती आहे. खाणारी तोंडं चार. वडील सतत आजारी.''

''तिला स्वतःलाही बरं नसतं असं दिसतंय.''

''तिला टी. बी. आहे.'' दिना शांतपणे म्हणाला. मला हादराच बसला. मती गुंग झाली. काय बोलावं सुचेना. अशा मुलीला दिनानं शब्द द्यावा? विवाहाचं

वचन द्यावं? त्यात त्याला माझा सल्ला नव्हे–पाठिंबा हवा होता. एवढा की, त्याच्यावतीनं मी अप्पांची समजूत घालावी!..

"अस्सं!" मी सुस्कारा सोडीत म्हणालो.

माझ्या त्या एका 'अस्सं' –ह्या अर्थपूर्ण शब्दानं दिना सर्व काही समजला. दोघंही मग गप्प राहिलो.

"ह्यापेक्षा निराळं काही करून दाखवण्यासारखं तुझ्याजवळ नव्हतं का?"

माझा हात घट्ट पकडीत दिना म्हणाला, "नाना, असा काही अर्थ काढू नका."

"अरे दिना, मग तू ही भलती गोष्ट केलीसच कशी?"

"एखादी मुलगी निष्पाप मनानं, मीलनाच्या आशेनं आली तर काय करायचं?"

"तिच्या मनात तू ही भावना निर्माण होऊ का दिलीस?"

"तिची ऑफिसात काम करतानाची अवस्था मी पाहिली. जेमतेम एक तास काम झालं, की ती पाच मिनिटं टेबलवर डोकं टेकून झोपायची. मी तिला अधुनमधून मदत करायला लागलो. मग मला एकेक गोष्टी समजायला लागल्या."

"तिच्या आजाराची घरच्या माणसांना कल्पना नाही का?"

"आहे. पण उपचार करायचे म्हणजे विश्रांती हवी. विश्रांती म्हणजे रजा आणि रजा म्हणजे घरात येणारा पैसा बंद. उपासमार. तीदेखील सगळ्या कुटुंबाची. रजनी म्हणते, सगळ्यांचे हाल करण्यापेक्षा स्वत:चे करून घेतलेले काय वाईट? ताकद असेतो काम करायचं."

"आणि ह्यापायी आणखीन् काही बिनसलं तर ?"

"हाच प्रश्न मी तिला विचारला. त्यावर ती म्हणाली, 'तसं जरी घडणार असलं तरी, केवळ केव्हातरी घडेल ह्या धास्तीपायी आता का गप्प बसायचं?' मी तिची समजूत घातली, 'तू तुझा स्वत:चा विचार केव्हा करणार?'...ह्यावर ती म्हणाली, 'स्वत:चा विचार कोणासाठी करायचा?' मी म्हणालो, 'स्वत:साठी.' ती अगदी पटकन् म्हणाली, 'आयुष्यात माणूस केवळ स्वत:साठी कधीच जगत नसतो, आणि माझ्यासारख्या मुलीनं कुणाकडे पाहून जगायचं?...ज्याच्याकडे मी बघायचं ठरवीन, त्याला धडकीच नाही का माझी?... असं काही ना काही उदासवाणी बोलत राहते."

दिना गप्प राहिला. केळकरची ही परिस्थिती समजल्यावर मला तिची दया आली. तिरस्काराची जागा अनुकंपा व्यापू लागली. तिची व्यथा मला समजली आणि अजाणतेपणी तिला दम भरल्याबद्दल मला वाईट वाटायला लागलं. मी दिनाला म्हणालो,

"तिच्या घरच्या माणसांची तिच्यावरच्या प्रेमाची मला शंका येते."

दिनकर तत्परतेनं म्हणाला, ''तुमचं म्हणणं अगदी बरोबर आहे. रजनी मिळवते तेवढा पैसाच सगळे ओळखतात. आणि त्याहीपेक्षा मला वाटतं, शेवटी हा सगळा दुष्टपणा गरिबी शिकविते माणसांना.''

पुन्हा आम्ही गप्प राहिलो.

''लग्नाचा विषय अगोदर कुणी काढला?''

''रजनीनं. तिनं मला गळ घातली नाही की, लग्नाचं वचन घेण्याचा अट्टाहास धरला नाही. तिनं फक्त मनातला विचार मला बोलून दाखवला. तिनं तो विचार बोलून दाखवला आणि लगेच माझी माफी मागितली.''

''माफी?''

''हो. त्याचाही तिनं उलगडा केला. ती म्हणाली, 'माझ्या मनात अगोदर तुमच्याविषयी अशी भावना निर्माण व्हायला नको होती. पण ते माझ्या हातात नव्हतं. कमीत कमी, निर्माण झालेल्या भावना मी व्यक्त करायच्या नव्हत्या; पण तिथंही ताबा ठेवायला मी कमी पडले. तेव्हा माफ करा आणि सगळं विसरून जा. माझ्या समाधानासाठी फक्त एकच सांगा, की असं आकर्षण जर कुणाच्या मनात निर्माण झालं तर ते जरी अशक्य असलं, तरी ते अप्रयोजक आहे का?''

''बरं मग?''

''त्यावर मी, ते चुकीचं नाही असं उत्तर दिलं.''

''आणि मग?''

''त्यानंतर गेले आठ दिवस मी सतत विचार करतोय. मला अन्न गोड लागलं नाही की, धड झोप आली नाही!''

''अरे पण, तिच्याशी लग्न करूनच फक्त तिच्याबद्दलची सहानुभूती व्यक्त होणार होती का?''

''नाना, नुसते शब्द काय कामाचे मग असल्या बाबतीत? तुम्ही द्या मिळवून कुणीतरी रजनीसारख्या मुलीशी लग्न करणारा!''

मी गप्प राहिलो. दिनाची कळकळ वरवरची नव्हती. त्यानं तिला वचन दिलं होतं आणि ते पाळण्यात तो मागंपुढं पाहणार नव्हता. रजनीबद्दलदेखील कीव करण्यासारखी परिस्थिती होती. टी. बी.चा विकार असलेली पत्नी! दिनाला काय सौख्य मिळणार असल्या मुलीकडून? ...कोणत्या तरी ध्येयानं, आदर्शवादानं वेडं होण्याचं, ही असली आव्हानं स्वीकारण्याचं दिनाचं वयच होतं; पण आणखीन चार-पाच पावसाळे गेल्यावर, स्वप्नाळू वृत्ती कमी झाल्यावर त्याला निश्चित पश्चात्ताप होणार; आणि तेव्हा तो असा घेरला जाईल की, त्यातून बाहेर पडण्याचा मार्गच उरणार नाही.

आता रजनीचं काही कमीजास्त...
विचार दाहक होता. माणुसकीला काजळ फासणारा होता; पण व्यवहारी जगातले सगळेच संकेत शुभ्र कुठे असतात? रोखठोक देवाणघेवाण! तेवढा एकच हिशोब या दुनियेत! भावनाप्रधान माणसांना इथं जागा नाही. त्याच जग वेगळं, आमचं वेगळं! तरीदेखील एकमेकांशिवाय एकमेकांना स्वतंत्र अस्तित्व नाही. म्हणूनच रोमिओ...ज्युलिएटची कहाणी सदैव ताजी! ह्या सर्व प्रेमिकांवरून घ्यावयाचा धडा एकच; आणि तो म्हणजे, सहवास हा नेहमी विरहातच संपतो. मग दिनाच त्याला अपवाद कसा ठरेल?
टी. बी. झालेली रजनी जास्तीत जास्त, किती वर्षं जगेल?
आणखीन सहा, सात. फार तर आठ. दहा म्हणजे शिकस्त! तेव्हा दिना असेल पस्तिशीच्या आतच?
तो पुन्हा लग्न करू शकेल!...
'तू रजनीशी लग्न कर!' मी निर्णय दिला. दिनाला निर्णय समजला, त्यामागची आंदोलनं समजली नाहीत, समजणं शक्य नव्हतं, हितावहही नव्हतं.
रजनी केळकरकडे पाहण्याचा दृष्टिकोन रातोरात बदलला. मी ऑफिसात आलो. डोक्यात दिनकर-रजनीचा सतत विचार चालला होता. रजनीसारख्या वयात येऊनही अविवाहित राहिलेल्या, ह्या ना त्या कारणानं लग्न पुढं ढकलत राहणाऱ्या असंख्य मुली असतील. ह्या ना त्या कारणानं आपल्या भावना आणि योग्य वय मारीत नोकऱ्या करत असतील. आणि मग केव्हातरी, केवळ रिवाज म्हणून, दुसरं गत्यंतर नाही म्हणून, कधीतरी लग्न करायला हवंच ह्याच विचारापायी हातात माळ घेणाऱ्या मुली! – ना संसारात रस, ना आयुष्यात गोडी!
रजनीच्या बाबतीत दैवानंच निराळा डाव आखलेला! तिला संसाराची, स्वत:चं घर उभं करण्याची ओढ. 'आपण ज्याच्यावर प्रेम करू त्याला आपल्यापासून धडकीच!' –ह्याची जाणीव ठेवणारी कुचंबलेली पोर!
दिना इज ग्रेट! तो म्हणाला तेच बरोबर! 'नुसत्या शब्दांचा ह्या ठिकाणी काय उपयोग?'
पटकन् डोक्यात विचार आला. हात फोनकडे वळला. डॉ. मोदी, नामांकित फिजीशिअन्! – ऑफिसच्याच कामानिमित्त झालेली ओळख! मी त्याच्याकडे शब्द टाकला. अपॉइन्टमेण्ट मिळाली!

त्यानंतरचे आठ दिवस फार धावपळीचे गेले. माझे, दिनकरचे आणि रजनीचेही. एक्सरे, ब्लड् एक्झामिनेशन्...सगळ्या गोष्टी पार पडता पडता आठवडा

लोटला. रजनी प्रसन्नपणे हसू शकते ह्याचा ज्याप्रमाणे शोध लागला; त्याचप्रमाणे स्वत:चे सख्खे नातेवाईकही स्वार्थानं, एखाद्याच्या आयुष्याचं वाळवंट करू शकतात हे रजनीच्या नातेवाइकांना पाहिल्यावर समजलं!
रजनीचा टी. बी. प्रथमावस्थेतला होता. बरा होऊ शकणारा! आवश्यकता मात्र फार दुर्मिळ गोष्टीची होती--
मानसिक शांती-समाधान, भरपूर विश्रांती, चांगली हवा आणि औषधोपचार!
ह्या सगळ्या रिपोर्टस्नी जरी मनात किंतू राहिला नाही, तरीही दिना जेव्हा लग्नाचं विचारायला लागला तेव्हा मी म्हणालो,
"तिला ट्रीटमेंट घेऊन जरा बरी तर होऊ दे." –अजून माझं व्यवहारी मन धोका पत्करायला तयार नव्हतं. दिना त्यावर पटकन् म्हणाला,
"डॉ. मोदींनी सांगितलेली ट्रीटमेंट रजनीच्या स्वत:च्या घरात राहून एक दिवस तरी पाळता येईल का? लग्न केलं आधी, तर ह्या सर्व उपायांचा परिणाम जास्त लवकर होईल."
दिनाचं हे म्हणणं खोडून काढण्यायोग्य माझ्याकडे कोणतीच भूमिका नव्हती. अप्पांनी तर दिनाच्या लग्नाची सगळीच जबाबदारी माझ्यावर ढकलली. किंवा असं म्हणण्यापेक्षा दिनकरच्या करारीपणाची, हेकटपणाची त्यांना निश्चित कल्पना असावी. त्यांच्या एकंदर चर्चेचा सूरही तसाच होता. अगदी निर्वाणीचं असं ते जाता जाता म्हणाले, "आजवर ह्या पोराला मी कशातच विरोध दाखवला नाही. लग्नाच्या बाबतीतला त्याचा विचार मला पक्का दिसतोय्. मी नाही म्हणायचं आणि कदाचित त्यानं न जुमानता आपल्याला हवं तेच करायचं, हा अपमान मला सहन व्हायचा नाही. अपमानाच्या धगीपेक्षा मला स्वत:चं मन मारण्याच्या वेदना लवकर विसरता येतील. स्वत:चा निर्णय स्वत: घेण्याइतका तो मोठा आहे आणि ह्या कामात तुम्ही लक्ष घातलं आहेत, त्यावर पण माझा विश्वास आहे."
आणि त्यानंतर नोटीस देऊन पंधराच दिवसांनी दिनकर-रजनीचं लग्न फारसा गाजावाजा न होता, रजिस्टर–पद्धतीनं पार पडलं!
आठएक दिवसांनी दिना व रजनी वर्षाची रजा घेऊन मिरजेला, दिनकरच्या मामाकडे निघून गेली. स्टेशनवर शुभेच्छा व्यक्त करायला मी आणि अप्पा गेलो होतो. भर स्टेशनवर माझा निरोप घेताना रजनीच्या डोळ्यांना जी धार लागली ती गाडी हलेपर्यंत थांबली नाही.

'खुदाके घरमें देर है, लेकिन अंधेर नही,' हे खरंच! मनासारख्या गोष्टी घडवून द्यायच्या असं विधात्यानं ठरवलं, की हातचं काही राखून ठेवीत नाही, ह्यात

संशय नाही.

आता दिनाचंच पाहा ना! हां हां म्हणता लग्न झालं. लगेच तो मिरजेला मामाकडे गेला. महिन्याच्या आतच त्याला लहानशी नोकरी मिळाली मामांच्या ओळखीनं. जागाही मिळाली. मामांच्या ओळखीनं तिथल्या डॉ. गोखल्यांचा परिचय झाला. रजनीला ट्रीटमेंट सुरू झाली. सगळं कसं सुरळीत, आखणी केल्याप्रमाणे पार पडत होतं. घेतलेल्या उडीनं पश्चात्ताप करण्याची पाळी आणली नव्हती. दिनकरचं दर आठवड्याला पत्र यायचं. त्यात उत्साह, आश्वासन, समाधान, भविष्याची ग्वाही, रजनीचं सुधारणेच्या मार्गाला लागलेलं स्वास्थ्य, आणि शेवटी माझे आभार!

हां हां म्हणता वर्ष लोटलं. नुकत्याच आलेल्या दिनकरच्या पत्रातला मजकूर मला पुन:पुन्हा सुखवीत होता. डॉ. गोखल्यांच्या मोटरीतून रजनी-दिनकर मुंबईला येणार होते. दिवस मुद्दाम कळवला नव्हता. मला चकित करण्याचा उभयतांचा बेत होता. ही सगळी हकीकत लिहून दिनानं पुढं लिहिलं होतं, 'रजनीला पाहिल्यावर तुम्ही म्हणाल, मी दुसऱ्याच कुणा तरी बाईला आणलं आहे. खरी रजनी नक्की मिरजेलाच राहिली. त्याचप्रमाणे तुम्ही म्हणाला असाल, लग्नानंतर कुणाचा मधुचंद्र पंधरा दिवसांचा, कुणाचा महिन्याचा; पण आमच्या दिनकरचं सगळंच विलक्षण... वर्षभर हनीमून! नाना, वडीलकीचं नातं विसरून, तूर्त एवढंच लिहितो की, आता खराखुरा मधुचंद्र साजरा करायला मुंबईला येतोय.'

पत्र आल्यापासून कुठंच लक्ष लागत नव्हतं. घरी पण नाही, ऑफिसात तर त्याहूनही नाही. दिनकरला पाहण्यापेक्षाही मला उत्सुकता होती ती रजनीची! मी इतका अस्वस्थ होतो की, एकदा रात्री सौ. म्हणाली, 'तुम्ही माझीदेखील एवढी वाट पाहिली नसेल कधी.' मी ह्यावर गप्प बसलो.

दुसऱ्या दिवसी सौ.नं मला घाबऱ्या घाबऱ्या उठवलं. आणि माझ्या हातात वर्तमानपत्र कोंबलं. त्यातली बातमी वाचून डोळ्यासमोर काजवे चमकले. मी मटकन् खाली बसलो. हातापायातील शक्तीच नाहीशी झाली. घशाला कोरड पडली. डॉ. गोखल्यांच्या मोटारीला पुण्याजवळ अपघात झाला होता.

चहाही न घेता मी दिनाच्या घरी धावलो. अप्पांचा घरात पत्ता नव्हता. घराला कुलूप होतं. ते आदल्याच दिवशी रात्री पुण्याला गेल्याचं समजलं. मला न कळवता ते गेले ह्याचा मला धक्काही बसला. विषादही वाटला; पण ह्या गोष्टी मनावर घेण्याची वेळच नव्हती ती! थोडीशी धावपळ करून पुण्याची गाडी पकडण्याची शक्यता होती. ऑफिसात बायकोला फोन करायला सांगून मी

धावतपळत स्टेशनवर आलो. माझं दैव बलवत्तर म्हणून गाडी मिळाली, तीही पाच मिनिटं लेट झाली म्हणून!

ससून हॉस्पिटलच्या आवारात पाऊल टाकताना अंगावर सरसरून काटा आला. पोटात चहाच्या कपाशिवाय...तोही गाडीतला पाणीदार...दुसरं काही नव्हतं. हॉस्पिटलच्या आवारात शिरल्यापासून औषधांचे वास आणि नैराश्य निर्माण करणाऱ्या हालचाली...पण ह्या सगळ्याकडे दुर्लक्ष होत होतं आज. वेध होते दिनकरचे...आणि रजनीचे.

अर्धापाऊण तास सगळीकडे वणवण भटकलो. कुणालाही कसलीही माहिती नव्हती. डॉक्टर्स, आर. एम्. ओ., नर्सेस, वॉर्डबॉइज्, नानातऱ्हेच्या लोकांना नाना प्रश्न विचारले. माझ्या हृदयाची वेदना, तडफड, ह्याची कुणाला कल्पनाच येत नव्हती.

जड पावलांनी कॉरिडोरमधून जात असताना, एकाएकी थबकलो. दोन्ही हात आधारासाठी भिंतीला टेकवले, तरीही बंड पुकारलेल्या पायांनी उभं राहवेना. तसाच मट्दिशी खाली बसलो.

माझ्या समोरच्याच बाकावर अप्पा दोन्ही गुडघ्यांत डोकं घालून, अंग घुसळीत घुसळीत रडत होते. अंगापिंडानं चांगली भरलेली रजनी त्यांच्या शेजारी बसली होती. तिची नजर शून्य झाली होती. तिला हसायला येत नव्हतं, रडायला येत नव्हतं. मेणाच्या बाहुलीसारखी, मेणाच्या नजरेनं ती धाय मोकलून रडणाऱ्या अप्पांकडे पाहात होती. अप्पांच्या रडण्याचा आवाज बाहेर येत नव्हता. त्यामुळे त्यांचं सबंध शरीर, वादळात थरथरणाऱ्या अफाट वृक्षासारखं जागच्या जागी थरथरत होतं.

कसं कुणास ठाऊक! माझ्यात एकाएकी बळ आलं. अवयवांतली मरगळ लुप्त झाली. अंगात माडाच्या झाडाचा ताठपणा शिरला. मी उठलो. अप्पांजवळ गेलो. त्यांच्याशेजारी बसलो आणि त्यांचं डोकं माझ्या मांडीवर घेतलं. रजनी माझ्याकडे तशीच...तशीच पाहात होती. न सांगता मला सगळं समजलं होतं. 'Home they brought her warrior dead' ही टेनिसनची कविता आठवली.

रजनीची अवस्था तशीच झाली होती. तिचा 'वॉरियर' गेला होता.

सगळे सोपस्कार आटोपून मुंबईला दुसऱ्या दिवशी परतलो. नंतर दोन दिवस ऑफिसला गेलो नाही. जाता-येता अप्पा आणि रजनी ह्यांची समजूत घालणं एवढाच व्यवसाय राहिला होता. आता अप्पांचं घर आणि रजनीचं जीवन म्हणजे मूर्तीविना गाभारा! पाण्याविना जलाशय!! अर्थाविना शब्द!!! काळजात दगड भरून दोघांचे अश्रू 'पुसा' म्हणून दोघांना सांगायचं आणि मग एकान्त

शोधून स्वत:च्या अश्रूंना वाट करून द्यायची. दिवस येत होते, जात होते. हॉस्पिटलमधल्या चालत्याबोलत्या माणसांना जिथं माझं दु:ख समजलं नाही, तिथं क्रूर काळाला माझ्यासाठी काय, रजनीसाठी काय किंवा अप्पांसाठी काय, जिव्हाळा फुटण्याचं कारण काय? तसं असतं तर त्याच दिवशी अपघात व्हायच्या आधी केवळ पाच मिनिटं दिनकरला, रजनीला मागं सोडून फ्रंटसीटवर डॉक्टरांशेजारी बसण्याची इच्छा झाली नसती!

मधे जेमतेम महिना गेला आणि एके दिवशी केबिनमध्ये रजनी येऊन उभी राहिली. मी बस म्हणायच्या आत बसली. केबिनमध्ये अगदी भयाण भयाण शांतता पसरली. दोघांच्यामध्ये एक अफाट दरी निर्माण झाली होती. दरीतूनच आवाज यावा, त्याप्रमाणे रजनीचा आवाज कानी आला.

"नाना, कामावर येऊ ना? आजपासूनच येते."

भानावर येत मी म्हणालो,

"अजून थांब ना काही दिवस."

"नको. घरी बसून तरी काय करू? मी निर्णय घेतलाय आता. मला माझ्या माहेरी राहायचं नाही. मी अप्पांजवळच राहणार आहे. मला अप्पांचं घर एरव्ही खायला उठतं. मी येते कामावर."

"ये. मी साहेबांना सांगून ठेवलंय."

आता रजनीला ऑफिसात रोज पाहतो. पोटात ढवळून येतं. तिच्या सर्व हालचालींवर आता परिस्थितीनं दडपण आणलंय. तिचा स्थूल व काहीसा सुदृढ बांधा आता बघवत नाही. तिला आरोग्य मिळालं पण फार मोठी किंमत देऊन! तिचा तो निरिच्छपणा, वैराग्य, निवृत्ती, ही सर्व अंत:करणाला फार फार जाळते. आयुष्यात नवीन नवीन दालनं उघडायला सज्ज झालेला जादूगारच सगळी दालनं बंद करून गेलाय. रजनीला तिचं एकाकीपण परत बहाल करून दिना गेलाय. जणू एका वर्षाकरिता तिचं औदासीन्य, एकाकीपण हे त्यानं स्वत:कडे गहाण ठेवलं होतं. रजनीच्या जीवनातलं दु:ख कायमचं नाहीसं करायला निघालेला दिना तिला आणखीन एक प्रचंड दु:ख सांभाळायला देऊन गेला. आणि जणू हे दु:ख तिला पेलता यावं म्हणून तिला आरोग्य देऊन गेला. पुन्हा आता हे आरोग्य, ही मिळालेली टवटवी, ती प्रसन्नता करपणार. छे! छे! दिनाचं हे व्रत असं वाया जाता कामा नये. ह्यासाठी हा सर्व अट्टाहास नव्हता. रजनीला संसारसौख्य मिळावं म्हणून...

संसार! संसारसौख्य...!! रजनीकडून जे दिनकरला कधी मिळू शकणार नव्हतं ते संसारसौख्य. वर्षापूर्वी ह्याच संसारसौख्याचा मी रोखठोक व्यवहार मांडून

मोकळा झालो होतो. त्या हिशोबानुसार दिनकर पुन्हा लग्न करू शकणार होता. तो माझा व्यवहारी दृष्टिकोन आता कुठाय?

एका तीव्र भावनेनं मी एकदम पलंगावरून उठलो. कपडे केले.

''हे काय, आत्ता कुठे?'' सौ.नं विचारलं.

''अप्पांकडे जातोय.''

''एवढ्या रात्री?''

''फार नाही वाजलेले. आलोच तासाभरात. जरा महत्त्वाचं काम आहे. रजनीला भेटून येतो.''

दार रजनीनं उघडलं. आत जाताना मी विचारलं,

''अप्पा कुठं आहेत?''

''फिरायला गेलेत.''

''आत्ता?''

''हो. हल्ली रोज ह्या वेळेला जातात. दोन-तीन तासांनी सावकाश येतात.''

...दिना गेल्यानंतर मी पहिल्यांदाच येत होतो. ससून हॉस्पिटलच्या आवारात जसा सर्वांगावर काटा आला होता, तसाच काटा आताही आला. मला रजनीला एकटीला पाहून बरं वाटलं एका अर्थी! अप्पांच्या हजेरीत असल्या विषयावर बोलताना संकोच वाटणार होता.

मधल्या दरवाज्यातून पलीकडच्या दिनाच्या खोलीत, भिंतीवर लावलेला दिनाचा खूप मोठा फोटो दिसत होता. त्याला घसघशीत हार घातलेला होता.

भारावलेल्या अवस्थेत मी फोटोकडे पाहात-पाहात त्या खोलीत गेलो. उदबत्तीच्या वासानं खोली दरवळून निघाली होती. खोलीत पाऊल टाकताच कसं प्रसन्न, उदात्त वाटलं. दिनकरचा फोटो सतत दिसत राहील अशा तऱ्हेनं तिथली खुर्ची फिरवून घेऊन मी बसलो. रजनी माझ्यासमोरच पलंगावर बसली. काही काळ तसाच गेला. रजनीनंच सुरुवात केली —

''वहिनी ठीक आहेत?''

मी मानेनंच होकार दिला.

''त्या नाही आल्या?''

''नाही...आणि...नाही म्हणण्यापेक्षा मीच 'चल' म्हणालो नाही. मला एकट्यालाच भेटायचं होतं.''

''अप्पांना ?''

''नाही. तुलाच.'' मी प्रथम धीटपणे रजनीकडे पाहात म्हणालो. त्या भयाण प्रकारानंतर रजनीकडे सरळ सरळ पाहण्याचं माझं धैर्यच गळालं होतं. मागं

कामावरून तिला बोलताना मी कसा अधिकारी नजरेनं पाहात असे. आता खूप निग्रह करून मी तसं पाहिलं.
रजनीनं पण माझ्याकडे नीट पाहिलं. खूप दुःख भोगून नजरेत येणारा कणखरपणा, काहीसं औदासीन्य आणि सगळ्याच गोष्टींकडे पाहण्याचा तिऱ्हाईतपणा – अनेक, अनेक होतं त्या एका नजरेत.
''काही काम होतं का?''...अगदी सहज विचारलं तिनं.
मनाची तयारी करीत मी मान हलवली व क्षणभर थांबून मी विचारलं,
''रजनी, तू आता अशीच किती दिवस राहणार?''...
क्षणाचीही उसंत न घेता ती संथपणे म्हणाली,
''कायम...मरेपर्यंत!''
''रजनी...''
''नाना, काही स्वप्नं लवकर संपतात नाही का?''
''हो; पण झोप कायमची उडवतात.''
''त्याला काय करणार? स्वप्नं कुठं आपल्या मालकीची असतात?''
''खरं आहे; पण स्वप्नाच्या धास्तीनं माणूस झोप थोडीच सोडतो?...काही वेळ अंधाराकडे पहातो आणि कूस बदलून परत निद्रेची आराधना करतोच ना?''
''नाना, मला पडलेलं स्वप्न एवढं सामान्य होतं असं वाटतं का तुम्हाला?'' रजनीनं विचारलं.
...आणि मग बांध फुटला. कसलंही बंधन, दुरावा न मानता रजनी माझ्या पायावर कोसळली. पाणी चारी वाटा सैरभैर धावू लागलं. जीवनातलं सगळं वैफल्य, सगळा अपमान, सगळी उपेक्षा वाट भरभरून वाहू लागली. माझ्या हाताच्या ओंजळीत रजनीचा चेहरा लपला होता. दोन्ही हात हां हां म्हणता आसवांनी न्हाऊन निघाले.
''रजनी, रजनी, ऐक...ऐक!''
हुंदके देता देताच ती म्हणाली, ''मला रडू तरी द्या हो पोटभर. कुणाजवळ रडायचं?...केव्हा रडायचं? ह्यांचा देह...सगळा...सगळा...काही...काही...राहिलं नव्हतं. शेवटची, अखेरची–मिठी मारून, मनसोक्त रडण्याचं, त्यांना आसवांनी भिजवण्याचं भाग्यही नव्हतं नशिबात. लग्न झालं, पण...पण एकमेकातलं अंतर कधीच कमी झालं नाही.''
रजनी पुन्हा हमसून रडू लागली. मला फुटणारा बांध मी प्रयासानं आवरला होता. रजनी रडत होती, बोलत होती—
''नाना, किती...किती मन मारायचं?...आणि किती बाबतीत? आई-वडील होते...आहेत...पण नसल्यासारखे. त्यांच्यापासून भावना लपवल्या. साध्या इच्छा

मारल्या. मोठी आकर्षणं विसरायला शिकले. विचार मारले...विकार मारले...मन मारलं...शरीर मारलं. एकच शिकवण मनाला...बुद्धीला, देहाला... सगळं मारायचं. आता दुःख आणि रडणं नका मारायला लावू. मला रडू दे.''

पंधरा-वीस मिनिटांचा तो काळ केवढा मोठा! केवढा भयाण! जगावेगळं धारिष्ट्य दाखवणाऱ्या दिनाचा उदात्त फोटो, उदबत्तीचा सुगंध आणि त्यात रजनीचं रडणं तेही उदात्त झालं होतं. विराट बनलं होतं.

रजनीला हलकं वाटायला लागलं. तिनं स्वतःला सावरलं...मग ती उठली. आत गेली. जरा वेळानं तोंड धुऊन शांत चेहऱ्यानं परतली. किंचित हसण्याचा प्रयत्न करीत म्हणाली,

''मला जरा बरं वाटलं.''

आपण होऊनच ती समोर बसली. उदबत्ती संपायला आली होती.

बसल्याबसल्याच तिनं दुसरी लावली आणि म्हणाली,

''ह्यांना हा वास फार आवडायचा.''

''त्याला उदबत्तीचा षोक होताच. ऑफिसातही केव्हा केव्हा लावून बसायचा.''

''त्यांना सगळ्याचंच वेड होतं. मिरजेला गेल्यावर आणखीन काही गोष्टींचं वेड त्यांनी लावून घेतलं.''

''लावून घेतलं?''

''हो. ते आवश्यक होतं; त्याखेरीज इतर भावना मारता येणं शक्य नव्हतं.''

''रजनी?''

''खरं तेच सांगते, नाना. तुम्ही आज आलात. मला बोलून घेऊ दे. पुन्हा कधी बोलायला मिळणार नाही. मला माझं दुःख जसं कधी बोलता आलं नाही, तसंच ह्यांच्याबद्दलच्या सगळ्या भावनाही कुणाला सांगता आल्या नाहीत.

''नाना, मला संसाराची, मुलाबाळांची, स्त्री-पुरुषमीलनाची अतिशय ओढ होती. वेड होतं. मीलनाची स्वप्नं रंगवीत मी अनेक रात्री जागवल्या होत्या लग्नापूर्वी. मला टी. बी. होता आणि माझ्या नशिबात विवाहसुख कधीही नाही, ह्याची पण जाणीव होती. केवळ स्वप्नं रंगविण्यापलीकडे त्या मोहमयी दुनियेचं दर्शन मला कधीच होणार नव्हतं.''

''माझ्या सगळ्या भावना मारून टाकण्यात मी यशस्वी होत होते. आणि, तेवढ्यात मला दिनकर भेटले. स्त्रीदाक्षिण्य म्हणून म्हणा किंवा स्वभावच सालस म्हणा... मला मदत करू लागले. सहानुभूती दाखवू लागले. आणि मग मनावर ताबा राहिला नाही. जळी-स्थळी दिनकर दिसायचे. देहभान हरपायचं. बेभान व्हायची मी! स्वप्नात भेटणाऱ्या अज्ञात, आकृतिहीन पुरुषाला मग आकार आला. दिनकरचं रूप आलं. आणि न राहवून मी त्यांना विचारलं.

मात्र त्यांच्याकडून होकाराची अपेक्षा नव्हती. त्यांना फसविण्याचीही इच्छा नव्हती. पण स्वत:च्या वासनेपुढे, मीलनाच्या आकर्षणापुढे एका माणसाच्या संसाराची वाट लावू, हाही विचार तेव्हा आठवला नाही.

दिनकरांनी मला होकार दिला. हरवलेला सुगंध, हरवलेला वेग... सगळं सापडलं. लग्न ठरलं. त्यानंतर आम्ही मिरजेला गेलो. पहिला एकान्त मिरजेला स्वत:च्या जागेत गेल्यावर मिळाला. आणि त्या रात्री...पहिल्या रात्री समजलं, दिनकर जेवढे धीट, तेवढेच भित्रे आहेत.''

''भित्रा?''

''हो. मी टी. बी.ची पेशंट आहे हे त्यांना विसरता आलं नाही. पहिल्या रात्री नाही आणि संबंध वर्षातल्या एकाही रात्री नाही.'

''रजनी–रजनी, काय सांगतेस?''

''हो. अगदी खरं सांगते. खरं म्हणजे वर्षाच्या सहवासात मी त्यांना ओळखू शकले नाही हो. एवढ्या लहान वयात ते अतिशय धीरगंभीर, अतिशय भावनाप्रधान, हळवे, चंचल, दुबळे, सगळे सगळे... कसं सांगू? विलक्षण होते ते. माझ्यापेक्षा कितीतरी मोठे, कितीतरी उंच, शब्दात न मावणारे! मला भावनांचा मोह आवरायचा नाही. ते शांत असायचे. गळ्यात हात टाकून दहा मिनिटांत घोरायला लागायचे. मी रात्र-रात्र तळमळायची. दुसरे दिवशी त्यांना हे समजायचं. लहान मुलाप्रमाणे समजूत घालायचे माझी! संसाराची ओढ त्यांनाही अतीव होती. त्यांना चांगली धष्टपुष्ट, निरोगी मुलं हवी होती, आणि त्यासाठी मी ठणठणीत बरी व्हायला हवी होते. ते स्वत: थांबणार होते, मला थांबवणार होते. त्यांना 'नेटका प्रपंच' हवा होता. ह्या ध्येयात आमचं खरंखुरं मीलन त्यांच्या हिशोबात नव्हतं.''

''केव्हा केव्हा त्यांना भावना अनावर व्हायच्या. मग रात्री अपरात्री 'फिरायला चल' म्हणायचे. तास दोन तास देवळात घालवायचे. मग वाचनाचं वेड लावून घेतलं. संगीताचं वेड वाढवलं. एक ना दोन, नाना तऱ्हा! अनंत उपाय! आणि जातायेता माझी समजूत. दिवसातून दहा वेळा म्हणायचे, एक वर्ष थांब. फक्त एक वर्ष, आपलं लग्न व्हायचं आहे असं समज.''

''आम्ही एका पलंगावर झोपत होतो. पण सावधानतेनं. नाना, तुम्ही वडील आहात हे विसरून सांगते–चुंबन घ्यायचे दिनकर; पण गालाचं, ओठाचं नाही.''

''संयम उपदेशानं शिकवला नाही, तर स्वत: एक वर्ष प्रत्यक्ष आचरणानं तप करून शिकवला. केवढा शक्तिमान पुरुष होता. केवढं विराट स्वरूप माझ्या समोर उभं करून गेले. माझ्या सगळ्या विचारांचा, भावनांचा त्यांनी स्वरच बदलला हो. आता मी परत लग्न करणं कसं शक्य आहे?''

‘‘उभ्या आयुष्याच्या वाटचालीची शिदोरी माझ्या पदरात बांधून दिनकर गेले. असंख्य मनोहर आठवणींचा मोहर मागं ठेवून गेलेत. त्या आठवणींत पुष्पाविना सुगंध आहे, स्वराविना संगीत आहे. आणि नाना, मीलनाशिवाय तृप्ती आहे.’’

‘‘नाना, हे माझं संसारगीत अर्ध्यावरच संपायचं होतं. ते पुरं होणारच नव्हतं. आता कोणत्याही मार्गानं ते पुरं होईल. नाही असं नाही. पण त्याला अर्थ येणार नाही. स्वर सापडणार नाही.’’

रजनी बोलायची थांबली. तिचं म्हणणं नाकारण्यात अर्थ नव्हता. गीत अपुरंच राहायचं होतं. अर्ध्या गीतातच अर्थ होता!

हातमोजा

"स्टेशनपासून जागा खूप लांब आहे."
"चालेल."
"आणि पुन्हा त्या रस्त्यावर दिवे नाहीत."
"चालेल."
"शिवाय ती मालकीण...परांजपेबाई...ती फारच विक्षिप्त आहे."
"अरे, पण तिचा आणि माझा संबंध येतोच आहे कशाला?– महिन्यातून एकदा भाडं देण्यापुरती गाठ पडणार. तू मला पत्ता दे, बाकी सगळं मी पाहून घेईन. कमीत कमी, बघून यायला काय हरकत आहे?"
दिवाकरनं सांगितल्याप्रमाणे घर खरोखरच लांब होतं. दूरवरून दिसणारं ते घर जवळ आहे असं वाटायचं; पण गेली दहा मिनिटं मी न थांबता एकाच वेगानं चालत होतो, तरी ते घर मात्र जणू काय हुलकावण्या देत देत दूर पळत होतं. मला चालायला खूप आवडतं. ज्या माणसाला विचारांची सोबत आहे त्याला कोणतंही अंतर लांब वाटत नाही. एकदा विचारांची साखळी सुरू झाली की, त्या साखळीपेक्षा रस्ता कधीच लांब नसतो. मी ज्या विषयाचा अभ्यास करत होतो तो विषयच असा होता, की त्यातील एकेक मुद्दा तासचे तास विचार करायला लावीत असे. रोज जर चालण्यात अर्धा पाऊणतास खर्च होणार असेल, तर तितका वेळ आपल्याला नक्की विचार करता येईल. चालताना विचारांना आणि विचारांमुळे चालण्यालाही चांगली गती येते.
रस्त्याला थोडासा चढ होता. ती बंगली एका लहानशा टेकडीवर होती. तशी त्या टेकडीची उंची नजरेला भासेल एवढी नव्हती; पण चालताना पायाला चढ भासावा असा रस्ता होता. दिवाकर म्हणाला होता, "तुला जर रस्त्याकडची खोली दिली तर तुला रोज सूर्योदय पाहायला मिळेल."
फाटकावरच आर. बी. परांजपे अशी पाटी 'अजून' होती. 'अजून' होती असं

म्हणायचं कारण श्री. परांजपे स्वर्गवासी होऊन पाच-सहा वर्षं तरी झाली होती. फाटकाच्या आतल्या बाजूला हात घालून मी कडी काढली. त्याचा आवाज आत ऐकू गेला असावा. खिडकीतून परांजपेबाईंनी डोकावून पाहिलं, क्षणभरच! क्षणभरच! क्षणभरच चंद्र एका ढगाआडून बाहेर यावा आणि परत दुसऱ्या ढगाआड लुप्त व्हावा तसा भास झाला, क्षणैक झालेल्या त्या ओझरत्या दर्शनानं मी काही काळ हरवलो. दिवाकरनं ही बाई विक्षिप्त आहे म्हणून सांगितलं, पण तशीच ती अलौकिक पण आहे हे का नाही सांगितलं?
समोरचा दरवाजा उघडला गेला.
"कोण हवंय?"–
"आपल्याकडेच काम होतं."
"या."
बाईंनी पुढे केलेल्या खुर्चीवर मी बसलो. बाई उभ्याच राहिल्या. मीच सुरुवात करावी अशा अर्थानं त्यांनी माझ्याकडे पाहिलं.
"आपल्याकडे जागा आहे ना?–दिवाकर..."
"आलं लक्षात." बाई मध्येच म्हणाल्या. काही क्षण शांततेत गेले.
"कोणती खोली?" मी विचारलं.
"तुम्हाला दिवाकरांनी सगळं सांगितलं ना?"
"कशाबाबत?"
"जागा तशी गैरसोयीची आहे आमची."
"जागेचं वर्णन ऐकल्यावरच मी इथपर्यंत आलो."
बाई हसून म्हणाल्या, "मग ठीक."
पुन्हा दोघं गप्प!–
"कोणती खोली देणार आपण?" मी परत विचारलं.
"आपण बसलो आहोत हीच. कशी काय वाटते?"
बाईंनी हा प्रश्न विचारताच मी त्या दृष्टीनं खोली पाहू लागलो. तशी खोली ठाकठीक होती. मध्यभागी दिवा होता. कॉट समोरच्या भिंतीजवळ मांडली तर दिव्याचं बटण अगदी हाताशी येणार होतं. पडल्या पडल्या खिडकीही बंद करता येणार होती. आणि मुख्य म्हणजे चारही भिंतींना ऐसपैस, भिंतीतलीच शेल्फं होती. म्हणजे मुख्यत: माझ्या पुस्तकांची आरामात सोय होणार होती. माझ्यापेक्षा माझ्या पुस्तकांनाच चांगल्या जागेची गरज होती. मी काय? बाहेर पडलो की रात्री परतणार!...
पुस्तकं खूष होतील अशी जागा पाहून.
"छान आहे." मी म्हणालो.

बाईंच्या चेहऱ्यावर प्रसन्नता दिसली. तेवढ्यात माझं लक्ष दरवाज्याकडे गेलं. माझ्या मनातला आशय ओळखून बाई म्हणाल्या,

''दरवाजा मात्र कॉमन आहे. गैरसोय काय ती एवढीच आहे.''

''गैरसोय माझी नाही, आपलीच आहे. मी दिवसभर बाहेरच असतो. इथं कामावरून परतायचं म्हणजे, रात्रीचे ८॥ ते ९ होतील. तुम्हालाच तेव्हा दार उघडण्याचा त्रास.'' मी म्हणालो.

''त्रास कसला आलाय त्यात. मी १०॥–११पर्यंत जागीच असते. आबासाहेब मात्र केव्हा केव्हा खूप लवकर झोपतात. पण मी जागीच असते.''

''आबासाहेब म्हणजे...''

''आमचे मिस्टर.'' बाई शांतपणे म्हणाल्या आणि मी प्रचंड हादरलो. त्याच वेळी ज्या गोष्टी माझ्या दृष्टीतून आत्तापर्यंत सुटायला नको होत्या, त्या गोष्टी एवढ्या उशिरा नजरेत आल्या! - बाईंच्या कपाळाला ठसठशीत कुंकू होतं आणि गळ्यात मंगळसूत्र होतं. अर्थात गळ्यातील मंगळसूत्र, ते पाहिल्याबरोबर कळेल असं नव्हतं. ते गुंफलेलं होतं. लांबून तो दागिना वाटावा आणि निरखून पाहिल्यावर त्यातले काळे मणी दिसावेत असा तो प्रकार होता.

दिवाकरची सांगण्यात काही गफलत तर नाही झाली? पण नाही. परांजपे कधी वारले हे तर त्यानं मला तारीखवारसह सांगितलं होतं. मग ह्याचा अर्थ काय? 'बाई विक्षिप्त आहेत' -ह्या दिवाकरच्या वाक्याचा असा काही अर्थ होता का?

–माझ्या चेहऱ्यावरील भाव न्याहाळीत बाई म्हणाल्या,

''तुम्ही काळजी करू नका, तुम्ही याल तेव्हा मी दार उघडीन.''

मी चेहरा पुसून टाकला व म्हणालो,

''बरं, भाडं...''

''ते दिवाकर आणि तुम्ही ठरवा. एखाद्याला गरज आहे म्हणून त्याला पिळून घ्यायला आबासाहेबांना आवडत नाही.''

बाईंनी मला शेवटी तोच धक्का दिला होता. हा काय मामला असेल? दिवाकरनं मला ती घटना तारीखवारसह सांगितली होती. कारण परांजपे जेव्हा अकस्मात वारले होते, तेव्हा पुढची सगळी धावपळ त्यानंच केली होती. लॅबोरेटरीत काम करता करता परांजपे कोसळले होते; ते जे कोसळले ते गेलेच. हातात एक टेस्टट्यूबदेखील तशीच राहिली होती. आबासाहेबांना कसले ना कसले प्रयोग करण्याची हौस होती. त्या विषयाचा त्यांचा व्यासंगही दांडगा होता. घरातल्या घरात, एका खोलीत त्यांची छोटीशी प्रयोगशाळा होती. तिथंच त्यांचा रिकामा वेळ जायचा. दिवाकरकडून हा सर्व तपशील मला समजला होता; आणि इथं तर आता बाईंनी आबासाहेबांचा उल्लेख केला होता.

तोही इतका चमत्कारिक...

...दिवाकरला मी हाच प्रश्न विचारला. त्यानं ह्यावर नुसतं हसून मला विचारलं, ''म्हणजे तू गेला होतास तर.''

''जागा पाहिली, पसंत केली, उद्यापासून राहायला पण जाणार आहे. पण हा काय प्रकार आहे?''

''तुला मी पहिल्यांदाच बोललो होतो.''

''अगदी मोघम.''

''आता आली कल्पना?''

''तीही मोघमच.''

''आबासाहेब मेलेच नाहीत अशी बाईंची समजूत आहे.''

''नॉन्सेन्स.'' मी फटकन् बोललो.

''बरोबर आहे, पण तुझं ते मत, जोवर त्या जागेत आहेस, तोवर बोलून दाखवू नकोस.''

''छे छे, मला काय करायचं् त्याच्याशी?''

सकाळी सहा-साडेसहाच्या सुमारास मधला दरवाजा वाजला. मी दार उघडलं. दारात बाई उभ्या होत्या.

''खोलीत उजेड दिसला म्हणून दार वाजवलं. चहा झालाय.''

''अरे, आपण कशाला त्रास घेतलात?'' मी संकोचून जात म्हणालो.

''त्यात त्रास कसला ? माझा आणि आबासाहेबांचा पहिला चहा रोज ह्याच वेळेला होतो; त्यात तुमचा केला. या.''

मनात उठलेलं विचारांचं काहूर...त्यावर मात करण्याचा प्रयत्न करीत मी मुकाट्यानं बाईंच्या पाठोपाठ आत गेलो. बाईंची पाठमोरी आकृती डौलात माझ्या समोर जात होती. त्या चालीकडे व प्रमाणबद्ध शरीराकडे पाहिल्यावाचून मला राहवेना. नंतरही मी यांत्रिकपणानं डायनिंग टेबलासमोर बसलो खरा; पण नजर बाईंच्या हालचालींचा वेध, बाईंच्या नकळत घेतच होती. मेंदूत कुठं तरी मुंग्या आल्या होत्या. संवेदनाशक्ती बधिर होत होती. अगदी त्या क्षणापर्यंत एखाद्या बाईबद्दल मी असे काही विचार करू शकेन, असं मला वाटलं नव्हतं. काय मजा आहे! स्वत:तच आपली कितीतरी स्वत:ची अनोळखी रूपं वावरत असतात. आपली आपल्यालाच नवी ओळख होते आहे ही जाणीव, म्हणजेच संवेदनाशक्ती बधिर होण्याची अवस्था!

विचारांच्या वावटळीत मी पाचोळ्यासारखा जमीन सोडून भरकटत असताना, बाईंनी विचारलं काहीतरी. त्यांचा तो प्रश्न खूप दूरवरून आल्यासारखा वाटला

मला.
“झोप लागली होती का चांगली?”
“हो, येस.”
किटलीतून दोन कप भरून बाईंनी चहा भरला. तिसरा कप, पालथा होता तो तसाच ठेवला; आणि किटलीवर ‘टीकोझी’ ठेवत त्या म्हणाल्या,
“आबासाहेबांची वाट पाहायची नाही. आपण आपली सुरुवात करायची.”
माझ्या समोरच्या खुर्चीवर बसता बसता बाईंनी त्यांचा कप समोर ओढून घेतला. क्षणभरच मला वाटून गेलं, आपण बाईंच्या कलानं घ्यावं. आणि असा विचार पुरा व्हायच्या आत मी विचारून गेलो, “आबासाहेब केव्हा येणार?”
“त्यांचा काही नेम नाही. केव्हा केव्हा अगोदर येऊन बसतात आणि केव्हा केव्हा मी चहा परत गरम करूनही येत नाहीत. असं खूप वेळा झालं. शेवटी मी चहा करायचा, त्यांना एकदाच हाक मारायची; पण त्यांची वाट न बघता आपला चहा पिऊन कामाला लागायचं, असा आमचा करार झालाय.”
...मी मुकाट्यानं चहा घेतला व खोलीत आलो. बाईंच्या कलानं घ्यायचं असं मला मघाशी वाटून गेलं, पण मनाला न पटलेली गोष्ट करत राहणं हा केवढा अवघड योग आहे, ह्याची कल्पना मला तात्काळ आली. केवळ भावनेच्या आहारी जाऊन मी असे बुद्धीला न पटणारे निर्णय कसे घेणार?...मला अशी भावना तरी का व्हावी?
स्वत:ला मी प्रश्न विचारीत राहिलो आणि अगदी प्रामाणिकपणे मनाचा तळ पाहिला तेव्हा, मला तिथं उमटलेलं चित्र स्पष्ट दिसलं!...
...बाईंच्या सौंदर्याचा, सौष्ठवाचा तो प्रभाव होता. त्यांच्याबद्दल मला आकर्षण वाटलं होतं. फाटकाच्या कडीचा आवाज ऐकताच त्या क्षणमात्र खिडकीतून डोकावल्या, तेव्हापासूनच! अभावितपणे गुंतण्याचा हा असाच एखादा क्षण असतो; जो उगवताना पूर्वसूचना न देता उगवतो आणि आपण तो पारखून घेईघेईतो मावळलेला असतो! त्याच घातकी क्षणानं, मघाशी ‘आपण बाईंच्या कलानं घ्यावं’ अशी प्रेरणा दिली.
...पण छे! हे ठीक नाही. मग आपण जे एवढं ज्ञान मिळवलं ते फुकट. ही जमवलेली गूढ अभ्यासावरची पुस्तकं फुकट! ही पुस्तकंच उद्या आपल्याला हसतील. ह्या पुस्तकांना असल्या भ्रामक कल्पना मंजूर नाहीत. परांजपे ज्या क्षणी कोसळले त्याच क्षणी संपले; हेच सत्य.
तासाभरानं मी आंघोळीसाठी निघालो. तेवढ्यात बाई म्हणाल्या,
“दहाच मिनिटं थांबा, आबासाहेबांची आंघोळ आलीच आहे आटपत. त्यांना आंघोळ अगदी शांतपणे करायला आवडते.”

अभावितपणे मी म्हणून गेलो, "असते काहींना सवय."
मी खोलीत परतलो, माझ्याच बोलण्याचं आश्चर्य करीत.

रात्री अकराच्या सुमारास पुन्हा दरवाजा वाजला. मी दार उघडलं.
"तुमच्या वाचनात व्यत्यय आणल्याबद्दल माफ करा."
"त्यात काही नाही."
"एक काम होतं."
"सांगा ना."
"हे जे व्हेंटिलेटर आहे ना, त्याला उद्या कसला तरी जाड कागद चिकटवा. तुमच्या दिव्याचा उजेड आत येतो, आबासाहेबांना त्रास होतोय."
"मग तेवढ्यासाठी त्याची गरज नाही. उद्या मी माझा टेबललॅम्प आणणार आहे, मग त्यांना त्रास नाही व्हायचा उजेडाचा."
"ते बरं होईल. त्यांना उजेड अगदी खपत नाही." बाई समाधान दर्शवीत म्हणाल्या.
"नाही होत एखाद्याला सहन."
माझ्या त्या उत्तरानं बाईंना बरं वाटलं. त्यांचा चेहरा प्रफुल्लित झाला. माझे आभार मानीत त्या त्यांच्या खोलीत गेल्या. मी दार लावून, दिवा मालवून, डोळे मिटून पडून राहिलो.
डोळे मिटून पडलो खरा; पण पुन्हा विचारांचं काहूर डोक्यात सुरू झालं. बाईंना बरं वाटावं असं मी का बोलतो?
पुन्हा मी त्याच विचाराशी येऊन थांबलो. तो विचार हाच की, बाई मला आवडल्या होत्या. त्यांनी मला घायाळ केलं होतं. त्यांच्या कांतीनं, केसांच्या ठेवणीनं, नजरेनं, पुष्ट देहयष्टीनं! त्यांच्या अणुरेणूत, अंगोपांगात दुसऱ्याला संतुष्ट, तृप्त करण्याची ताकद असल्याची जाणीव बघणाऱ्याला व्हावी!
आता मी डोळे मिटून विचार करीत असताना, बारीकसारीक हालचालींसकट माझ्याही नकळत मी बाईंना किती लक्षात ठेवलं होतं, ह्याची मला जाणीव झाली. या आठवणींनी मी बैचेन झालो. मला झोप येईल असं वाटेना. पलीकडच्याच खोलीत बाई झोपल्या होत्या. एकट्याच!
पण नाही. एकट्याच असं मी मानत होतो; पण बाईंच्या समजुतीप्रमाणे आबासाहेबही त्यांच्या खोलीत, त्यांच्याच शेजारी, पलंगावर झोपलेले असणार. पण हेच कसं शक्य आहे? इतर बाबतींत आबासाहेब अजून जिवंत आहेत असं गृहीत धरून, आपल्या दैनंदिनीत फरक न करता आबासाहेबांच्या सोयीनुसार '(?)' सर्व गोष्टी पार पाडणं निराळं आणि रात्रीदेखील ते आपल्याजवळच

आहेत ही कल्पना करणं निराळं!
बाई अजून तरुण वाटतात. रसरशीत आहेत. त्यांच्या वासना आता एवढ्यातच शमल्या असतील का? त्यांना रात्रीची शांत झोप लागत असेल का?
मनात हा विचार यायला आणि बाईंच्या खोलीत दिवा लागायला एकच गाठ पडली. आता मधल्या व्हेंटिलेटरमधून उजेड माझ्या अंगावर पडायला लागला. बाई जाग्याच होत्या तर!

''काल किती वाजेपर्यंत वाचन चाललं होतं?'' मी दुसऱ्या दिवशी विचारलं.
''छे बाई, मी केव्हाच झोपले होते, आबासाहेबांचं काही ना काही चाललं होतं.'' विणकाम करता करता बाई म्हणाल्या.
''काय विणणं चाललंय?''
''हातमोजे करते आबासाहेबांसाठी.''
''हातमोजे?''
''हो, त्यांना सतत लागतात. चार-पाच वर्षांपूर्वीची गोष्ट ! लॅबोरेटरीत काम करताना त्यांच्या हातावर ॲसिड सांडलं. तेव्हापासून ते हाताला पडलेले डाग दिसू नयेत म्हणून हातमोजे वापरायला लागले. त्यांचा सध्याचा जोड आता अगदी फाटायला आलाय. त्याच्या आधी एक जोड तयार ठेवायला हवा.''
''त्यांना तयार जोड नाही का चालत?''
''आणतात केव्हा केव्हा, पण घरचेही अधुनमधून हवे असतात. परवाच त्यांनी आणखी एक जोड आणलाय, पण तरी एक विणून ठेव म्हणून म्हणालेत.''
–दिवस जात
होते. बाईंच्या वागण्यात काही फरक नव्हता. आबासाहेबांसाठी त्या त्यांच्या समजुतीप्रमाणे सर्व गोष्टी करीत होत्या. आबासाहेबांना न रुचणारी एखादी गोष्ट माझ्या हातून घडली तर, मला सावध करीत होत्या. मी गप्प बसून त्यांच्या कोणत्याही सूचनेला विरोध दर्शवीत नव्हतो. बाईंच्या सगळ्या सूचना पोरकट, अवास्तव, अतिरंजित असायच्या. माझ्या बुद्धीला त्या कधीच पटत नव्हत्या. जीवन, मरण, मरणोत्तर अस्तित्व, भूतपिशाचयोनी, आणि ह्यासारखे अवांतर प्रकार, ह्या विषयांवरचे संशोधनात्मक ग्रंथ माझ्या संग्रही होते. किंबहुना माझ्या जवळच्या वाचनालयात जास्तीत जास्त ह्या विषयावरचीच पुस्तकं होती. त्या सर्व ग्रंथांतील मतं मला तंतोतंत पटली होती. ती पटावीत अशीच होती. प्रत्येक ग्रंथकारानं आधाराशिवाय एकही विधान केलेलं नव्हतं. त्या पुस्तकांची पारायणं केल्यानंतर, बाईंचे ते सगळे प्रकार मला मूर्खपणाचे वाटले यात नवल नव्हतं. आणि तरीही मी आता त्यांच्या मनाप्रमाणे वागत होतो! का? का?

प्रामाणिकपणे सांगायला हवं की, मला बाई हव्या होत्या. त्यांच्याबरोबर कल्पनेनं रंगवलेल्या अनेक रात्रींपैकी, एक तरी रात्र खरी व्हायला हवी होती. आणि केवळ तेवढ्याचसाठी, मी त्यांच्यासाठीच आबासाहेबांना जपत होतो. पण इथंच एक धोका होता. जोपर्यंत मी आबासाहेबांचं अस्तित्व मानून होतो, तोपर्यंत बाई मला वश होणार नव्हत्या आणि त्यांचं माझ्याकडे लक्ष जावं म्हणून जर आबासाहेबांच्या अस्तित्वाच्या कल्पनेच्या विरुद्ध बोललो असतो, तर बाईंचा रोष मला पत्करावा लागला असता. कदाचित ही जागाही सोडावी लागली असती. असा काहीतरी मामला बिकट झाला होता. बाईंनी आजकाल माझी झोप उडवली होती. त्या त्यांच्या खोलीत असायच्या; मी माझ्या. आबासाहेबांच्याबरोबर त्या जसा कल्पनेनं प्रणयाचा खेळ खेळत होत्या, तसा मी बाईंच्याबरोबर खेळत होतो.

मध्ये असायचा दरवाजा आणि बाईंनी मानलेलं आबासाहेबांचं अस्तित्व!

एके रात्री मात्र मी खडबडून जागा झालो. कोणीतरी दरवाजा वाजवीत होतं. मी कानोसा घेतला. मधला दरवाजाच वाजत होता. रात्रीचे दोन वाजले होते. बाईच दरवाजा वाजवत होत्या यात वाद नव्हता. तरी मी गप्प पडून राहिलो. जरा वेळानं दरवाज्याच्या आवाजाबरोबरच 'हलक्या' आवाजात हाकाही ऐकू येऊ लागल्या. एक गरम लाट सर्वांगातून सळसळत गेली. हातापायात का कुणास ठाऊक गोळे आले. छातीचे ठोके तर माझे मलाच ऐकू येऊ लागले. घशाला कोरड पडली. बाईंच्या हाका चालूच होत्या. दार हलके हलके वाजवणं पण चालू होतं. पण तरी मी उठलो नाही.

– हाका बंद झाल्या. आणि मग मी विचार करीत राहिलो. बाईंनी तशाच काही हेतूनं दरवाजा वाजवला असेल का? का त्यांचं निराळं काही काम असेल? पण रात्री दोन वाजता त्यांचं माझ्याकडे काय काम निघावं?

दुसऱ्या दिवशी कामावर जाताना बाईंनी मला प्रथमच विचारलं,

"रात्री केव्हा परतणार?"

"आज थोडा उशीर होणार आहे. जेवण आणि पिक्चरचा कार्यक्रम आहे ऑफिस सुटल्यावर."

"सिनेमाला जायलाच हवं का?"

"हो, का?"

"नाही गेलात तर...?"

"मित्र फाडून खातील...का, पण?"

"शक्यतो लवकर या."

“काही काम होतं का?”
“होय.”
“काय?”
“रात्री सांगेन.”
मी जरा घोटाळलो. बाईंकडे पाहिलं मी. आज त्यांचा आवाज मला एकदम निराळा वाटला. नजरही वेगळीच भासली. त्या नजरेतला अर्थ मला कळणार नाही असं कसं होईल? – अशा अर्थपूर्ण नजरेची मी कितीतरी दिवस वाट पाहात होतो. तोच बाईंनी विचारलं,
“काल रात्री केव्हा झोपलात?”
“नेहमीच्या वेळेला.”
“आणि उठलात कधी?”
“तुम्ही चहाला हाक मारलीत तेव्हा.”
– बाईंनी त्यानंतर माझ्या डोळ्यात रोखून पाहात विचारलं,
“मधेही मी आपल्याला हाक मारली, ती हाक नाही ऐकलीत?”
“नाही.”
“खोटं. तुम्ही जागे झाला होतात, पण दार नाही उघडलंत.”
–आता ‘नाकारणं’ कठीण होतं. मी गप्प बसलो. संथ स्वरात एकेक शब्द उच्चारीत बाई म्हणाल्या,
“आज तसा डरपोकपणा दाखवू नका.”
“बाई...”
“मला माहीत आहे. तुमच्या नजरेनं मला सगळं काही स्पष्ट स्पष्ट सांगितलं आहे. इतके दिवस तुम्ही माझी वाट पाहिलीत, आज मी तुमची वाट पाहणार आहे.”
“बाई, आणि आबासाहेब...”
“त्यांचं नाव घेऊ नका. थांबा, असे दचकू नका. तुमच्यापासून लपविलेली एक गोष्ट आज सांगते. तुमच्या गैरहजेरीत ही सगळी पुस्तकं मी वाचली आहेत. आबासाहेब मला केव्हा केव्हा म्हणायचे की, माझं जर काही कमीजास्त झालं तरी मी इथंच राहीन. माझा आत्मा शरीर सोडून जाईल; पण हे घर सोडून जाणार नाही. मी ते प्रमाण मानून चालत होते. पण ही पुस्तकं, तुमच्या ठिकठिकाणी लिहिलेल्या नोट्स पाहून माझा भ्रम दूर झाला, तशी मला फार भीती वाटू लागली. काल रात्री मी तेवढ्यासाठी तुम्हाला हाका मारल्या. मला तुम्ही हवे होतात; माझ्याजवळ.”
मनात विचारांची साखळी असली, की त्या साखळीपेक्षा रस्ता कधीच लांबत

नसतो; पण मनात नुसती ओढ असली, की रस्ता संपता संपत नाही.
...तेच झालं आताही. मघापासून मी चालतोय आणि घर मात्र हुलकावण्या देत पुढं पळतंय. बाई माझी खूप वाट पाहात असतील. मित्रांनी सिनेमाला, पार्टीला खेचून नेलं म्हणून गेलो. पण त्यात मी नव्हतो. मनानं मी सकाळपासून बाईंच्या आसपास वावरत होतो. त्यांच्याशी बोलण्यासाठी संवाद जुळवीत होतो. बाईंनी दार उघडल्यावर —झोपेपर्यंतचा कार्यक्रम मनाशी आखीत होतो. बाईंच्यासाठी गजराही घेऊन ठेवला होता ! बाईंनी दार उघडल्याबरोबर दरवाज्यातच तो गजरा मी त्यांच्या भरगच्च अंबाड्यावर घालणार होतो.
—माझ्या ज्ञानाचा, व्यासंगाचा हा विजय होता. ग्रंथ हे खरे माणसांचे मित्र असं म्हणतात. किती सार्थ आहे हे!... माझ्या पुस्तकांनीच, मित्रांनीच मला बाईंचा लाभ करून दिला होता! परांजपे ज्या दिवशी कोसळले त्याच क्षणी संपले, ह्याची जाणीव पुस्तकांनीच बाईंना करून दिली!
—घरात अंधार पाहून मला नवल वाटलं. बाई झोपल्या असतील का माझी वाट पाहून? शक्य नाही, त्या माझ्यावर रागावल्या असतील! ठीक, ठीक. रुसवा काढण्यासारखी, —तोही बाईंसारख्या खुबसुरत बाईचा रुसवा—दुसरी 'रोमँटिक' गोष्ट नसेल!...
फाटकाच्या कडीचा आवाज होताच, दरवाज्याची कडी काढल्याचा आवाज आला. कडी काढली गेली पण दरवाजा लोटलेलाच राहिला.
मी दरवाजा लोटला. माझ्या खोलीतला दिवा न लावताच मी मधल्या दरवाज्याशी आलो. पुढे होत मी बाईंच्या खोलीतला दिवा लावला.
बाई समोरच, पलंगावर भिंतीकडे तोंड करून झोपल्या होत्या. नक्कीच त्या जाग्या होत्या; झोपेचं सोंग होतं ते!
पाय न वाजवता पलंगाजवळ जाऊन हातातला गजरा त्यांच्या ओठाजवळ नेण्याचा विचार मी केला!
माझ्या खोलीत मी परतलो, बाहेरचा दिवा लावला. दरवाजा लावायचा होता...बाहेरचा!
—मी दरवाजाकडे पाहिलं,
तो काय !...
...अंगाला दरदरून घाम फुटला. हातापायात पेटके आले. डोळ्यांवर विश्वास राहीना. पुस्तकांसकट खोली गरागरा फिरू लागली. तोंडातून शब्द फुटेना. मोठ्यांदा ओरडायचं होतं, पण घशातून आवाजच निघेना...
...दरवाज्यावर आबासाहेबांच्या हातातला एक 'हातमोजा' कडीवर पडलेला होता !...

लाट

मखमलीचा पडदा सरकत सरकत पूर्णपणे मिटला. प्रेक्षक आणि रंगमंच ह्या दोन निरनिराळ्या गोष्टी आहेत, ह्याची प्रेक्षागाराला जाणीव झाली. तोवर वातावरणाला धुंदी आली होती. वैयक्तिक सुखदु:खं कुणाला राहिलीच नव्हती. स्वत:चं व्यक्तिमत्व प्रत्येकजण हरवून बसला होता! रंगमंच आणि प्रेक्षक ह्यांच्यामध्ये अतूट नातं निर्माण झालं होतं. तिथं 'हरवला' नाही असा एकही उरला नव्हता. जणू काही बावीस बाय अठराच्या तुकड्यावर नाटक नावाची वस्तूच नव्हती. तिथं साकार झालेलं चित्र ही प्रत्येकाची व्यथा होती. आख्खं प्रेक्षागारच रंगमंच बनलं होतं.

पण हे कुठवर?– किती काळपर्यंत?

मखमलीचा पडदा मधे वैऱ्यासारखा उभा राहीपर्यंत! पडद्यावर पडलेल्या प्रकाशझोतांनी डोळे मिटले. प्रेक्षागारातले दिवे झळाळले. खुर्च्या-खुर्च्यातून हजार व्यक्ती एवढा वेळ गहाण पडल्या होत्या; त्यांना स्वतंत्र अस्तित्व आलं. मन मागं रेंगाळत ठेवीत ते जीव बाहेर पडायला लागले. हां हां म्हणता प्रेक्षागार रिकामं झालं! छातीशी हात धरून खुर्च्या स्थितप्रज्ञ झाल्या. ध्यानस्थ बसल्या!

आणि मग मी भानावर आलो. माझ्यावर सोपवलेल्या कामगिरीची मला आत्ता आठवण झाली. मी लगबगीनं फॉयरमध्ये आलो. अजून काही प्रेक्षक हळूहळू पुढं सरकत होते. त्यांना सौम्य धक्के देत मी बाहेर आलो. गळ्यात थर्मास असलेली व्यक्ती मला शोधायची होती. मी प्रत्येकाकडे निरखून पाहू लागलो. प्रत्येकाकडे म्हणण्यापेक्षा, प्रत्येक स्त्रीकडे पाहू लागलो. प्रत्येकाच्या चेहऱ्यावर तृप्ती दिसत होती. चांगली कलाकृती पाहिल्यावर ज्याप्रमाणं एक तऱ्हेचं औदासीन्य येतं, तसं ते प्रत्येकावर आलं होतं. ती व्यथा तृप्तीची होती. नऊशे-हजार माणसांचा, मला तो जमाव वाटतच नव्हता. एकच मोठी व्यक्ती

हरखून बाहेर पडत होती!
हे जरी वाटून गेलं तरी, मनाला त्यांच्यातली एकच व्यक्ती हवी होती. ती स्त्री होती आणि तिच्या गळ्यात थर्मास असायला हवा होता. माझ्या प्रदीपची ती चाहती होती. नुसतीच चाहती नव्हती; त्यापेक्षाही कुणीतरी निराळी होती. आणखीन् काही सांगायला हवं असंही नाही. पहिल्याच दिवशी मी प्रदीपला इशारा दिला होता,
"प्रदीप, सांभाळ."
"ह्यात माझी काही चूक आहे का?"
"ते मला माहीत आहे रे ... पण बाकीचे..."
"त्याची मला पर्वा नाही. जोपर्यंत मी ठणठणीत आहे आणि तुझा माझ्यावर विश्वास आहे, तोपर्यंत मी कशालाच भीत नाही. तुला सगळं माहीत आहेच."
पण ह्याच गोष्टी, प्रदीपच्या सवयी तिला कशा समजल्या? बाकी ह्या शंकेत काही अर्थ नव्हता. सिनेमासृष्टी, नाटकं, नट-नाट्य ह्या विषयांचं लोकांना आकर्षण काय कमी असतं? त्यातून प्रदीपसारखा नामवंत कलाकार! त्याच्या सवयी, स्वभाव, आवडीनिवडी त्याच्या चाहत्यांना माहीत नसल्यास नवल. पण तरीही नुसत्या आवडीनिवडी माहीत असणं निराळं आणि त्या पुरवणं निराळं ! एवढ्या लोकांत थर्मासमधून घरची कॉफी पाठवणारी एकच व्यक्ती निघावी?– तीही अनोळखी. आणि ओढ असून अलिप्त. कॉफी घेऊन पहिल्या दिवशी ती स्वत: रंगपटात आली नाही. एका मुलाबरोबर थर्मास आणि पाकीट पाठवून दिलं. मी तिथेच होतो. चिठ्ठी वाचून होताच प्रदीपनं पाकीट माझ्या हातात दिलं. चिठ्ठीची सुरुवात विनयांकित नमस्कारानं होती. त्यावर 'गजानन प्रसन्न' होतं. मजकूर रेखीव पण त्रोटक होता. कागद सुगंधित होता!
'...आपण कंपनीच्या बिऱ्हाडी, नाटकाच्या वेळी बाहेरची कॉफी घेत नाही असं ऐकलंय. मी आपली एक चाहती आहे. मी आपल्यासाठी खास घरून कॉफी आणली आहे.
भक्ताची सेवा गोड मानावी.
—*आपली भक्त.*'
पाकिटात चिठ्ठी टाकून मी प्रदीपजवळ गेलो. उरलेली कॉफी त्यानं मला प्यायला लावली. कॉफी संपूर्ण दुधाची होती. वेलची, केशराचा वास तर पहिल्या घोटाबरोबरच आला. तेवढ्यात तिसरी घंटा झाली. प्रदीप हलक्या आवाजात लगबगीनं म्हणाला,
"बघ, कुणाकडे थर्मास दिसतोय का ते."
—नाटक सुटेतो माझा शोध चालला होता. पण थर्मास जवळ असलेली स्त्री-

प्रेक्षक मला दिसली नाही.

त्यानंतर त्या प्रसंगाची पुनरावृत्ती प्रत्येक प्रयोगाला होत राहिली. थर्मास घेऊन येणारा पोऱ्या ओळखीचा झाला; पण बाईची ओळख झाली नाही. तो पोऱ्याही गप्प असायचा आणि आजुबाजूलाच वावरत असणाऱ्या इतर नटांसमोर जास्त चौकशी करता यायची नाही. प्रत्येक वेळी प्रदीपला वाटायचं, थर्मासला हात न लावता तो तसाच परत पाठवावा. पण नेमकी हीच गोष्ट लहरीपणाची, संशयास्पद वाटायची. शेवटी दोन दिवसांपूर्वी थर्मास घेऊन येणाऱ्या पोऱ्याबरोबर, प्रदीपच्या सांगण्यावरून मी चिठ्ठी पाठवली. नंतरच्या अंकानंतर मी त्या अनामिकेला आत बोलावलं होतं. आम्ही वाट पाहात राहिलो. पण ती आली नाही!

आजही तेच झालं. आज कॉफीबरोबर पुन्हा एक पत्र होतं. आजच्या नवीन नाटकाबद्दल तिनं प्रदीपला सुयश चिंतिलं होतं. एवढंच नव्हे तर, ह्याच्याही पुढं जाऊन तिनं लिहिलं होतं,

'...यदाकदाचित् हा नवा प्रयोग फसला तर, हताश होऊ नये. तसं घडणार नाही; पण घडलंच तर आपल्या अपयशाचाही अभिमान बाळगणारी एक चाहती–भक्त आहे ह्याची आठवण असावी.'

प्रदीपनं तेव्हाच सांगितलं,

''आज हिला गाठायलाच हवं.''

जनसमूहातून वाटा काढीत मी रस्त्यावर आलो. नाटकाला आलेल्या बड्या लोकांच्या, दुतर्फा लागलेल्या मोटारी गुरगुरत चालायला लागल्या होत्या. मला हवी असलेली व्यक्ती त्या गोंधळात कुठंही नव्हती. रस्त्यावर जास्त रेंगाळण्यात अर्थ नव्हता. मी मग लगबगीनं आत गेलो.

मेकअप् पुसून, नेहमीचे कपडे घालून प्रदीप एव्हाना कॉरीडॉरमध्ये येऊन थांबला होता. त्याच्या आजुबाजूला स्तुतिपाठकांचा, टीकाकारांचा अजून घोळका होता. त्यांना तो उत्तरं देत होता, पण त्याचं सगळं लक्ष मी आणणाऱ्या बातमीकडे होतं ह्यात संदेह नव्हता!

प्रदीपच्या आसपासची मंडळी कटायला काही वेळ लागला. नंतर तो माझ्या ताब्यात आला.

''तुझ्या आजच्या कामाबद्दल आधी अभिनंदन.''

''थँक्स! बरं, पत्ता लागला?''

''अजून नाही.''

आम्ही रस्त्यावर आलो. रस्त्यावरची रहदारी आता ओसरली होती. रस्ता रिकाम्या प्रेक्षागारासारखा एकाकी दिसत होता. बाजूच्या इमारतींतून तुरळक दिवे

होते.

समोरून येणाऱ्या टॅक्सीला मी हात केला. आम्ही आत बसणार तेवढ्यात, पलीकडे एक बाई उभी असल्याचं दिसलं. मी पटकन प्रदीपचा हात दाबला. तिच्या गळ्यात थर्मास होता. आम्ही दोघं टॅक्सीत न बसता फूटपाथवरच उभे राहिलो. तिनं प्रदीपला नमस्कार केला.

''आपण आत का नाही आला?'' प्रदीपनं विचारलं.

''भक्तानं देवापासून आणि रसिकानं कलावंतापासून अंतरावरच असावं.'' तिच्याजवळ उत्तर अगदी ओठावरच होतं. आम्ही दोघं 'अवाक्' झालो. पण अशा स्थितीत तरी किती काळ राहणार?

''आपण कुठं राहता?'' मी विचारलं. तिनं पत्ता सांगितला.

''चला, आम्ही सोडतो आपल्याला. येता?''

''थँक्स.''

मी ड्रायव्हरजवळ बसलो. प्रदीप व ती मागं बसली.

''नाटक कसं वाटलं?'' —टॅक्सी सुरू झाल्यावर मी विचारलं.

''अप्रतिम. मी अजून त्याच धुंदीत आहे.''

''पण तुम्ही आत का नाही आलात?'' —प्रदीपनं पुन्हा विचारलं.

तिनं उत्तर लगेच दिलं नाही. जरा वेळानं ती म्हणाली,

''मला खरोखरच यावंसं वाटेना. मी एक फार सामान्य बाई आहे.''

प्रदीप तत्परतेने म्हणाला,

''अंत:करणाचा रसिक हा एक फार मोठा, असामान्य मानव असतो.''

''तुम्ही मला निरुत्तर केलंत हे मी कबूल करते; पण तरीही मी आत येणं मला बरं वाटेना. तुम्हांला माझं वागणं आवडेल की नाही याची मी चिंता केली नाही. मला काळजी होती ती तिथल्या वर्तुळाची! नेहमी भ्यावं लागतं ते अशा वर्तुळालाच. मग हवी असलेली व्यक्ती कुठं का असेना...त्या वर्तुळात तुमचं स्थान कमी होऊ नये ही इच्छा होती. मी पाठवलेल्या कॉफीचा तुम्ही स्वीकार केलात तोच माझा केवढा बहुमान होता.''

...तिनं लांबलचक खुलासा केला.

तिचा आवाज किती मंजुळ असावा? टॅक्सीत उजेड नव्हता. रस्त्यावर पडलेल्या चांदण्याचा फायदा नव्हता. रस्त्यावरच्या दिव्यांजवळ टॅक्सी आली की, जो काय धावता प्रकाश उजळून जाईल तेवढाच! त्यात मी पुढं बसलो होतो. माझ्यापर्यंत फक्त शब्द येत होते. ते शब्द नुसते शब्द नव्हते. त्यात जिव्हाळा होता. जीवघेणी ओढ होती. खोलवर पोहोचणारी आर्तता होती. बेभान करणारं आर्जव होतं. मूक करणारा भक्तीभाव होता. ती बोलत असलेल्या

शब्दांतून, शब्दापलीकडचं काहीतरी समोर उभं राहत होतं. एका परीनं ती माझ्यासमोर साकार होत नव्हती तेच छान होतं; कारण मग ती कशी बोलते, कशी दिसते, ह्याकडे निम्मं लक्ष विभागलं गेलं असतं. आत्ता ती माझ्यापर्यंत फक्त शब्दांनी पोहोचत होती! ती कशी असेल, ही बाब माझ्या हिशोबी आता अगदी गौण होती. अंत:करणातला आनंद विनासंकोच लुटविणारी तीही एक कलावंतच होती!

कोपऱ्यावर टॅक्सीनं वळण घेतलं. तेवढ्यात ती म्हणाली, ''इथंच थांबवा, माझं घर आलं!''

टॅक्सी बाजूला थांबली. बाहेर पडण्यापूर्वी तिनं विचारलं, ''ही अवेळ आहे हे मी जाणते, पण पाचच मिनिटं आत येता का?''

प्रदीपनं माझ्याकडं पाहिलं. मी मूक संमती दिली. आम्ही टॅक्सी सोडून तिथं उतरलो.

ब्लॉकमध्ये ती एकटी होती. लॅच-कीनं तिनं बाहेरचा दरवाजा उघडला.

पॅसेजमधला दिवा पुढं होऊन लावत ती म्हणाली, ''या.''

तिनं दिवा लावला आणि एवढा वेळ अंधारात असलेली तिची आकृती ठसठशीत झाली. उंची बेताची, वर्ण गव्हाळी, चेहरा कंपासनं काढावा इतका गोल (*निदान मला वाटला*), डोळे काळेभोर, तेही गोल, केस बेताचे लांब, पण वळण आकर्षक आणि ह्या सर्वांवर मात करणारा तिचा आवाज, त्यातलं मार्दव, लाघव...

''बसा हं, ही आलेच.''

खोलीचं निरीक्षण करीत आम्ही कोचावर बसलो.

''तू बरोबर होतास म्हणून आलो.''

प्रदीप हळूच म्हणाला. मी नुसता हसलो. प्रदीप थकला होता; पण त्या थकण्यात एवढ्या दिवसांचे श्रम सार्थकी लागल्याचं समाधान होतंच. नव्या नाटकाचा पहिला प्रयोग किंवा एखादा खास प्रयोग झाल्यावर आम्ही चौपाटीवर, एकांतात जाऊन बसायचो. आजदेखील असंच कुठं तरी गेलो असतो; पण हे स्थळही तेवढंच प्रेक्षणीय होतं! जागा प्रशस्त होती. रसिकतेची साक्ष पटणार नाही, अशी इंचभर जागा नव्हती. भिंतीचा रंग, खोलीतली मांडणी, पडदे, तसबिरी ...प्रत्येक वस्तू नम्रतेनं सांगत होती—

''होय, इथं एक रसिक राहतोय.''

पाच-दहा मिनिटांनी ती बाहेर आली तेव्हा तिच्या हातात ट्रे होता. त्यात शिऱ्याच्या तीन बशा आणि दुधाचे दोन कप होते. ''ही तुमची पाच मिनिटं का?'' – मी विचारलं.

पाठोपाठ प्रदीप म्हणाला, ''ह्याची काय गरज होती?''
''हे माझ्यासाठी आणलंय, तुमच्यासाठी नाहीच.'' असं म्हणतानाच तिनं बशा आमच्या हातात दिल्या. आम्ही काही म्हणणार तेवढ्यात ती म्हणाली,
''लवकर स्वीकार व्हावा, मला भूक लागलीय फार.''
आम्ही सुरुवात करताच ती प्रसन्न हसली. हातात बशी घेत ती म्हणाली,
''आज तुमचं नवीन नाटक. पण मला जेवण जाईना सकाळी. मग जेवलेच नाही. आत्ता नाटक यशस्वी झाल्याचं पाहिलं तेव्हा भुकेची जाणीव झाली.''
''काय सांगता काय!''
''आज हे पहिल्यांदा नाही घडलेलं. तुम्हाला पाहिल्यापासून वाटायला लागलं हे असं. तुम्हाला माझा हा सगळा आगाऊपणा वाटत असेल. माझ्या भावना मी आता बिनदिक्कत सांगते, तोही तुम्हाला वाह्यातपणा वाटत असेल. तुम्ही म्हणाल, ही बाई भलतीच पुढं गेली आहे.''
''छे, छे !'' मी मधेच म्हणालो.
काही वेळानं ती शांतपणे एक एक शब्द उच्चारत म्हणाली,
''स्वभावातला दोष म्हणा, गुण म्हणा. मनात ज्या भावना निर्माण होतात त्या ज्यांच्यासंबंधी आहेत, त्यांच्याजवळ त्या व्यक्त केल्याशिवाय मला राहवत नाही. तिथं वेळ घालवायलाही मला मग रुचत नाही. मग कुणाचा गैरसमजही होत असेल.''
आम्ही गप्प होतो. हे निराळंच वातावरण होतं. निराळंच व्यक्तिमत्व भेटत होतं. त्या व्यक्तिमत्वात जेवढी आकर्षून घेण्याची वृत्ती होती, तेवढीच पवित्रता होती. जेवढी प्रवाहात उडी टाकण्याची धाडसी वृत्ती होती, तेवढीच उडी चुकल्यास सावरण्याची ताकद होती. आत्मविश्वास होता. मनाचा मोकळेपणा, शुभ्रपणा तर निश्चितच! नाहीतर मला तिथं साक्षीदार म्हणून ठेवण्याची त्यांची प्राज्ञा नव्हती. नुसतं वैषयिक आकर्षण वा प्रेम, हे कधीच एवढं निर्भय नसतं. एवढ्या कमी अवधीत ही एवढी सलगी जरी तेवढी प्रशस्त वाटत नसली, तरी त्यातली निर्व्याजता मानायलाच हवी होती.
मी मनात विचार केला, 'एखादी लाट येते मोठी; तशाच काही व्यक्ती लाटेसारख्या असतात! त्यांना लहान व्हायला जमत नाही. स्वत:चा वेग आवरता येत नाही. लाटेसारख्या घोंघावत येणाऱ्या व्यक्तींना सामोरं जावं लागतं तेही लाट होऊनच. त्यांच्या अगदी निकट गेल्याशिवाय त्या समजतच नाहीत. मग ती लाट कितीही मोठी असेना का! कितीही वेगानं अंगावर येईना का!...'
ह्या विचारांनी मी सावरलो. आणि प्रदीप तर काय - बोलूनचालून नटच. हजारो डोळ्यांच्या समोर ताठ उभा राहणारा! लाटा झेलण्यासाठीच जन्माला आलेला

तो!

आमचं खाणंपिणं आटोपल्यावर ती म्हणाली,

''आता एकच शेवटची इच्छा; मग तुमच्यावरचे अत्याचार संपले.''

''काय हुकूम आहे?''

''मला जे काही खूप दिवस करावंसं वाटतंय् ते करू का?' '

प्रदीपनं माझ्याकडे पाहिलं. माझं अस्तित्व हे जणू अभयच असं मानत तो म्हणाला, ''करा.''

ती आत गेली. परत ती बाहेर आली, तेव्हा तिच्या हातात तीन-चार फुलं होती.

''माझी काय पूजा बांधणार आहात तुम्ही?''

''नाही. दृष्ट काढणार.''

आणि खरोखरच तिनं माझ्यासमोर प्रदीपची दृष्ट काढली आणि म्हणाली,

''आता खुशाल जा. मी निर्भय झाले.''

आम्ही बाहेर पडलो. आमच्या दोघांच्या मन:स्थितीचा आम्हालाच पत्ता लागत नव्हता. दोघंही एकमेकांशी काही बोलू शकत नव्हतो.

''चौपाटीवर जायचं?'' – मी विचारलं.

''नको. घरी जायला हवं.''

जरा वेळ न बोलता आम्ही चालत राहिलो. काही वेळानं जड स्वरानं प्रदीप म्हणाला,

''आज नवीन नाटक. आशा आली नाही. जिनं यायला हवं ती आली नाही आणि ही बाई, कुणाची कोण, तिला म्हणे जेवण गेलं नाही. कसा मेळ साधायचा?''... प्रदीप काहीसं मला, तर काहीसं स्वत:शीच बोलत राहिला.

''सुरेश आजारी आहे ना?''

''सकाळी ताप उतरला होता आजच; म्हणूनच आशा यायला हवी होती. जीव तिनं टाकायला हवा, कौतुक आशानं करायला हवं; माझ्याएवढी धुंदी तिला चढायला हवी.''

—प्रदीप नेहमीप्रमाणं तळमळून बोलू लागला. त्या अनामिकेच्या, सुंदरीच्या अनाहूत पाहुणचारानं, जिव्हाळ्यानं प्रदीप भारावला होता; पण वाहून गेला नव्हता. ह्या तऱ्हेच्या जिव्हाळ्याची त्याला आशाकडून भूक होती आणि ती तर त्याला कधीच मिळणार नव्हती. वहिनींकडे तसं काही नव्हतंच. त्यांना प्रदीपबद्दल कौतुक होतं, पण कोणत्याही साधारण कर्तृत्ववान पुरुषाच्या बाईला वाटावं तेवढंच! प्रदीपवर त्यांचं अनन्यसाधारण प्रेम होतं, पण त्यांना कधी प्रदीपबरोबर धुंदी चढली नाही! त्या तशा सावध असायच्या. प्रदीपवर प्रेम

करताना त्यांना सर्वस्वाचा विसर पडू शकला नाही. कारण त्या प्रेयसीपेक्षा जास्त गृहिणी होत्या. म्हणून घरात अव्यवस्था, गैरसोय करून प्रदीपच्या उत्साहात सहभागी होण्याचं त्यांना कधी जमलं नाही. बाहेर पडायचं आणि एकीकडे घरातले विचार करायचे, हे त्यांना कधी रुचलं नाही. त्यांच्या ह्या स्वभावामुळे संसार ही त्यांची एकट्यांची, एकमेव कामगिरी होती आणि तिथं वहिनी एवढ्या चोख होत्या, जागरूक होत्या, की कुठं बोट ठेवायला जागाच नव्हती. प्रदीप दिवसातल्या चोवीस तासांपैकी वीस-वीस तास बाहेर असायचा, तो केवळ आशावहिनींसारखी बायको होती म्हणूनच. आणि ह्याची जाणीव प्रदीपला अहर्निश होती; तरी तो केव्हा केव्हा म्हणायचा,

'मला वाईट वाटतं ते एवढ्यासाठी की, हा जो विजयाचा कैफ असतो, अत्युत्कट आनंदाचा सोहळा असतो त्यात 'आशा'ही हवी. नाहीतर हे असले क्षण तिच्या आयुष्यात केव्हा येणार?'

हेही खोटं नव्हतं! - पण कुणी कसली भूमिका करायची, कोणता मंच निवडायचा हे कोण ठरवणार? दोघंही त्यांनी पसंत केलेल्या मंचावर चोख भूमिका वठवीत होते. त्या दृष्टीनं दोघंही कलावंतच होते आणि त्या दोघांच्याही भूमिका, त्यामागील तळमळींसकट पाहणारा, जाणून घेणारा मी एकुलता सामान्य प्रेक्षक होतो.

सामान्य प्रेक्षक?–सामान्य?

मघाशी तिला प्रदीप म्हणाला, 'अंत:करणाचा रसिक हा एक असामान्य मानव असतो.'

म्हणजे मी असामान्य. माझाही एक रंगमंच. मीही कलावंतच. मग आजच उगवलेली ती...ती कोण? तिची भूमिका कोणती?...कोणती...?

एवढे दिवस झाले. मला तिची भूमिका अजून समजली नाही. तिची ओढ मात्र अनावर होती. श्रद्धा तर नितांत होती. रोज ती प्रयोगाला बहुतेक हजर असायची. प्रदीपला एकदा तरी बेभान होऊन पहायची. कॉफी तर रोज न चुकता येत राहिली. केव्हा केव्हा 'हाऊस फुल्ल' असायचं, त्या वेळी प्रयोग संपेतो मी तिला केव्हा केव्हा बाहेरच थांबलेली पाहिलं होतं. प्रयोग संपल्यावर दोघांनीही तिच्या घरी जायचं हा तर अलिखित करार होता; पण कौतुक होतं ते ह्या भक्तीचं नव्हतं, अर्पणभावाचं नव्हतं. हे सगळं करताना त्यातला संयम, समतोलपणा अवर्णनीय होता.

प्रदीप दिवसेंदिवस चढत होता. गाजत होता. त्याच्या व्यक्तिमत्वाचे, अभिनयाचे नवे नवे पैलू दर वेळेला नवा साज लेवून समोर येत राहिले. आणि तिचा

भक्तीभाव भरतीच्या लाटांसारखा झेपावू लागला. मात्र तिच्या ह्या प्रेमाला कधीही बाजारी स्वरूप आलं नाही. प्रदीपच्या लौकिकाची तिला काळजी होती. आणि एवढ्याचसाठी तिला उघडपणे, स्वच्छंदीपणे प्रदीपवर वर्षाव करता आला नाही. तिच्या प्रेमाला सतत बंधन राहिलं. उत्कटतेला सेतू आडवा येत राहिला; पण हा सगळा ताण तिनं सतत सहन केला. प्रदीपला करायला लावला. त्यांच्यातल्या ह्या प्रेमाला, संयमाला, भक्तीला, लादून घ्याव्या लागलेल्या विरक्तीला मी एकटा साक्षीदार होतो.

त्या दोघांच्या स्नेहातला मी एक अविभाज्य घटक होतो; आणि म्हणूनच, वेगळ्या जातीची प्रीत म्हणून मला ती मान्य करावीच लागली.

पण शेवटी त्याला तडा गेलाच! तो तडा केवळ त्यांच्या स्नेहाला नव्हता, तर सगळ्यालाच होता. त्यांचं निर्व्याज प्रेम, माझा त्यांच्यावरचा विश्वास आणि प्रदीपचा संसार – ह्या तीन गोष्टींना एकदम तडा गेला होता.

शेवटी 'असामान्यत्व' हा शब्द फक्त पुस्तकातच राहतो! प्रेम – अशरीरी प्रेम ही फक्त कविकल्पना राहाते. नाहीतर असं का घडावं?... तिनं एवढ्या सामान्य पातळीवर का यावं? कलावंत आणि भक्त ह्यामध्ये एवढं अंतर निश्चित हवं असं म्हणताना तिनं एवढ्या निकट का यावं? ...मी त्यांच्यातला अविभाज्य घटक होतो, पण शेवटी प्रदीपनं मला सांगावं, 'तू पुढं हो'... म्हणून?

माझं मस्तक भणाणून गेलं. जपण्यासारखी मूल्यं काही उरलीच नाहीत. क्षणमात्र वाटून गेलं, असंच आत्ता घरी न जाता प्रदीपच्या घरी जावं. वहिनींना जागं करावं. त्यांना सांगावं,

"बस झाला तुमचा संसार. आता थोड्या बाहेर पडा. डोळे उघडा. नवऱ्याची कलासाधना बघा."

— पण शेवटी आवरलं मन! त्या आततायी निर्णयाचा शेवट नक्की चांगला होणार नव्हता. प्रदीप जर ह्यामुळं भडकला असता तर वहिनींना काही राहिलंच नसतं. त्याहीपेक्षा ह्या एका प्रकरणात वहिनींपेक्षा मला ती जवळची होती. तिघांनाही कोणत्याही गोष्टीचा जाब विचारण्याचा मला अधिकार होता. पाहू या, कुठवर चालतं हे! कुणी सांगावं, ह्या अती जवळ येण्यानं दोघांना विरक्तीही यायची.

आकर्षणाचं अंतिम ध्येय 'मीलन' हेच असेल तर, मीलनाची पुढची पायरी विरहाचीच! विरक्तीचीच!!

ह्याच विचारापायी मी घरी आलो; पण मन तिच्याच घरी घोटाळत होतं. ती दोघं काय बोलत राहातील, काय करत असतील – ह्याचीच चित्रं नजरेसमोर येत राहिली.

मनाची ही तगमग एवढी वाढली की, पहाटे साडेचार–पाचलाच मी बाहेर पडलो. पावलं तिच्या घराकडे वळली. एकीकडे वाटत होतं, माझी भूमिका रसिकाची. पण पुन्हा वाटायचं, मी हे का पहावं?–

वास्तविक, काय पहायचं हा माझ्या पसंतीचा प्रश्न उरलाच नव्हता. मला बघावं लागणारच होतं आणि म्हणूनच हा सक्तीचा मामला मला पेलवणार नव्हता! उघड्या डोळ्यांनी हा दोघांचा अध:पात कसा पाहू? तिच्यासमोर प्रदीप हे एकच दैवत होतं. पण आजवरच्या तिच्या वागणुकीनं प्रदीप आणि ती स्वत: ही दोन दैवतं माझी झाली होती! मला आता माझी भूमिका बदलायला हवी होती. त्यांना आवरायला हवं.

हे सगळं झालं. ह्याच विचाराच्या नादात मी तिच्या घरासमोरही आलो. आणि तिथं पावलं पुन्हा अडखळली. पहाटे साडेचार-पाचला एका स्त्रीच्या घरी जाणं हे व्यवहाराला धरून होतं का?

तसाच परत फिरलो. एवढ्या उशिरा जाण्याचा उपयोग नव्हता. उशीरच म्हणायला हवा. कालच मी प्रदीपला म्हणायला हवं होतं, 'मी पुढे जाणार नाही!'

तासभर इकडेतिकडे भटकून पुन्हा मी तिच्याच दाराशी आलो. काल जे घडून गेलं त्याला उपायच नव्हता. परत तसं घडू न देणं हे तर हातात होतं!

दरवाजा तिनंच उघडला.

तिच्या चेहऱ्याकडं मी निरखून, रोखून पाहिलं. आजवर पाहिलं नव्हतं इतकं! तिची मान खाली जायला हवी होती; पण नाही. तीही तेवढ्याच धैर्यानं पाहात राहिली. तिची नजर पूर्वीइतकीच स्वच्छ होती. जणू काही घडलंच नव्हतं! तडा गेलाच नव्हता. संथपणे ती म्हणाली,

''या. तुम्ही येणार ही अपेक्षा होतीच.''

मी चमकलो.

हिला असं का वाटावं?...ही एवढी निर्भय आहे? न करण्यासारखी गोष्ट करूनही निर्भय. मग मी का धास्ती बाळगावी? आता समोरासमोर सामना होऊ दे. प्रदीप इथंच असेल अजून.

''आत या ना. प्रदीप केव्हाच गेलेत घरी.''

मी थंड झालो. माझा विरोध लटका पडणारसं वाटू लागलं. मी यंत्रवत् आत जाऊन बसलो. चहाचा कप घेऊन ती जरा वेळानं बाहेर आली. माझ्यासमोर कप ठेवत ती सहज म्हणाली,

''आज एवढ्या लवकर? काही खास?''

''हूं.''

पुन्हा शांतता. माझा चहा संपेतो ती गप्प होती. मी कप खाली ठेवताच ती म्हणाली,
''बोला. काय काम निघालं एवढ्या लवकर?''
तिच्या संथपणासमोर मला जुळवाजुळवी करणं जड वाटू लागलं. मीही वजन ठेवून म्हणालो,
''तरी उशीरच झाला.''
''म्हणजे?''
''म्हणजे, काल रात्रीच बोलायला हवं होतं.''
''मग का नाही राहिलात इथंच?''
''तुम्हाला अडचण होईल म्हणून.''
''छे छे. इथं पुष्कळ खोल्या आहेत.'' – ती शांतपणे म्हणाली.
मी उपरोधानं म्हणालो.
''तो झाला तुमचा मोठेपणा. मी त्याचा किती फायदा घ्यावा?''
ती शांतपणे म्हणाली,
''आत्ता एवढ्या सकाळी माझ्या मोठेपणाचा नाही फायदा घेतलात?''
मी चिडून म्हणालो, ''मग दुसरं काय करू शकणार होतो?''
उपरोधी स्वरात ती म्हणाली,
''शेवटी तुम्हीही चारचौघांसारखेच.''
''असामान्य म्हणवताना तुम्ही तरी निराळं काय केलंत? भक्त, कलावंत– ह्यांसारख्या शब्दांच्या मागे दडून, कुठल्याही दोन सामान्य व्यक्तींत जो व्यवहार होऊ शकतो तो साधलात ना?''
''तुमच्या दृष्टीकोनातून.'' गडबडून न जाता ती म्हणाली.
''कबूल. आम्ही सामान्य!– मग आता तुमच्या दृष्टीनं हे काय म्हणायचं?''
''पूजा. दैवताचं पूजन.''
''बस्? एवढंच? आणि ह्या तऱ्हेनं?'' – तिखटपणानं मी विचारलं.
विचलित न होता तिनं उलट विचारलं, ''भक्तानं साधनं कोणती वापरायची हे तुमच्यासारख्यांनी ठरवावं?''
''अर्थात. तुमच्याविषयी आम्ही काही मूल्यं जपली आहेत.''
''होय ना? ...मग आमच्यावर तुमचा तेवढाच विश्वास हवा. स्वतःच्या मूल्यांनाच तुम्ही जपत राहिलात तर कसं व्हायचं?''
''ते तुम्हाला नाही कळणार. ही आमची सामान्यांची वर्तुळं! आमचे संकेत ह्याच वर्तुळातले. आम्ही असेच राहणार.''
''असं नाराजीनं बोलू नका. मला समजून घ्या. असामान्य असं काही नसतं.

ज्याला जसं परवडेल तसा तो राहतो. पूजेसाठी कुणी फुलं घेतो, कुणी सुवर्ण घेतो. स्वत:च्या कुवतीप्रमाणे जो तो साधनं निवडतो. ती गौण नसतातच. ती नाममात्र असतात. प्रश्न असतो भक्तीभावाचा! शंभर वर्षं तप करून शंकराला एक एक शिर अर्पण करणारा लंकाधिपती असतो, तर तुळशीच्या पानावर दैवताला जिंकणारेही असतात. मलादेखील जे परवडलं ते मी अर्पण केलं. नाही ना खात्री पटत?''

''पटते, पण शेवटी हा...''

''म्हणा व्यभिचारच म्हणून.'' ती तोडून बोलली.

''नाही, नाही, तुम्ही भडक शब्द वापरला.'' मी गडबडलो.

''शब्द भडक नसतो, मागचा भाव, मनातली मळमळ भडक असते. ज्याच्यासाठी तुम्ही एवढ्या सकाळचे इथं आलात ती भीती भडक म्हणा.''

''तसं नाही हो...''

''तसंच आहे. मला त्याचं काही नाही वाटत. मला तुम्ही ओळखू शकला नाहीत ह्याचं दु:ख नाही. प्रदीपला तुम्ही जाणलं नाहीत ह्याचं दु:ख आहे!... तुमच्या प्रदीपला स्त्रीसौख्य ही काय चीज आहे, हे माहीत नाही का? ...जे इतर कोणी देऊच शकणार नाही ते मी दिलं, असंही मला म्हणायचं नाही. मला जे प्रामाणिकपणे द्यावंसं, करावंसं वाटलं ते मी केलं. माझ्या दृष्टीनं ते पूजन होतं. तुम्ही म्हणा व्यभिचार.''

''मी नाही म्हणत तसं.''

''तुम्ही काय नि समाज काय; सारखंच! प्रेमाचा स्वीकार करतानादेखील ते जर तुमच्या रूढ चाकोरीतून, मान्यवर नात्यातूनच आलं, तर त्याला तुम्ही प्रेम म्हणणार. मग ते गढूळ असलं तरी तुमच्या हिशोबी पवित्र, त्यात झेप नसली, उत्कटता नसली तरी त्याला तुम्ही कवटाळणार; त्यात तेज नसलं तरी तुम्ही दिपून जाणार. त्या प्रेमात पेटवून टाकण्याची ताकद नसली तरी, तुम्ही स्वत:ची राख होऊन देणार. कारण ते चाकोरीतून येतं. तुमच्या नीतीअनीतीच्या कल्पनांची बूज सांभाळत येतं. तुमच्यासारख्यांना तेवढंच प्रेम समजतं. बाकीच्या प्रेमाला तुम्ही मग दुसरं काय म्हणणार? कुठंही, काहीही कमी नसताना माणसं दु:खी दिसतात ती ह्याचमुळं! अत्युत्कट प्रेम करणारी व्यक्ती त्यांना मिळतच नाही.''

ती अशीच बोलत रहायला हवी. त्यासाठी विरोधकाची भूमिका जाणून पत्करायला हवी होती. मी म्हणालो,

''तुमचं म्हणणं पटत नाही. पतिपत्नीचं त्यागातून निर्माण होणारं नातं...''

''त्यालाही व्यावहारिक स्वरूप येतं. ते मीलनही नंतर नंतर सवयीनं स्वीकारलं

जातं. माझ्यासारख्या अविवाहित बाईचं प्रेम, समाजात कधीही मान्यता पावणार नाही. त्याला प्रतिष्ठा कधी मिळायची नाही. असं असूनही, समाजातल्या प्रत्येक व्यक्तीला असं एखादं प्रेमाचं स्थान हवंच असतं. आणि त्याचं कारण एकच, अशा तऱ्हेचं प्रेम, अशी भक्ती जिथं उगम पावते तिथं संकेत नसतात, असते फक्त उत्कटता! तिथं बंधन नसतं, असते फक्त अमर्यादता! त्यातली दाहकता पचवायला पोलादी छाती लागते. त्यातून जे नंदनवन फुलतं ते पाहायला दोन डोळे पुरत नाहीत. डोळे दाखवू शकणार नाहीत असं पाहणारं निराळं इंद्रिय लागतं. सामान्यांच्या वाटणीला हे प्रेम यायचं नाही. निभावण्याची ताकद असलेल्या माणसांचाच तो प्रांत आहे.'

...मी गप्प राहिलो. माझं डोकं सुन्न झालं होतं. माझ्यापाशी काही उरलंच नव्हतं! मी गप्प राहिलेला पाहून ती म्हणाली,

"असे नाराज होऊ नका. माझी भक्ती जेवढी प्रामाणिक, तेवढीच तुमची काळजी सच्ची आहे यावर विश्वास आहे. मी तुम्हाला समजू शकते, तुम्ही फक्त मला जाणून घ्या. जे माझ्या जन्मदात्या आईवडिलांना समजलं नाही ते तुम्हांला समजलं तर मला बरं वाटेल. मग मीही एकटी का राहते, कशी राहते ते सगळं सांगेन आपल्याला!"

ती कोण होती? – ती होती एक लाटच! फार मोठी लाट. त्या लाटेमधून पलीकडे जायचं म्हणजे एक तर अफाट छाती हवी, नाहीतर किनाऱ्यासारखं तटस्थ राहण्याची ताकद हवी. प्रदीपमध्ये मात्र काहीच फरक पडला नव्हता. तेव्हाही नाही आणि पुढं कधीही नाही. तो होता तिथंच होता. मला वाटलं होतं, प्रदीप संपला, त्याचा संसार संपला. खोट्या सौख्याच्या मागं लागून हातात असलेली पानंही तो गमावणार!

... पण तसं घडलं नाही. ती लाट त्यानं पचवली होती. ह्या सर्व प्रकारात ती फारच मोठी वाटत होती. तिचं प्रेम, तिचा संयम, तिला वाटणारी ओढ, वाटणीला येणारी उपेक्षा, सगळंच मोठं. विराट! ...पण ती थांबली नाही. अभंग राहिली. धाव घेत राहिली. अर्पण करीत राहिली! ह्या प्रेमापायी तिला सतत काटे वाटणीला आले. आशेला उपेक्षेचे अंकुर फुटत राहिले. कळ्यांची फुलं झालीच नाहीत. एकदम निर्माल्यच हाती यायचं! पण ती कोमेजली नाही. ती फुलत राहिली, फुलवत राहिली!...

... आणि हे सगळं जाणून घ्यायला मला सवडच मिळाली नाही. त्यापूर्वीच तो भयंकर प्रकार घडला आणि एक फार मोठी समस्या निराळ्या मार्गानं सुटली! बाहेरगावचा एक प्रयोग आटोपून परत येत असताना प्रदीपच्या मोटारीला

अपघात झाला. एक-दोघं किरकोळ जखमी झाले; प्रदीप जागच्या जागी गेला होता!

... आशावहिनींवर कुऱ्हाड कोसळली होती, ह्यात वादच नव्हता; पण आता सहानुभूतीचा प्रचंड ओघ आशावहिनींकडेच वाहणार होता. वर्तमानपत्रं-नाट्यसंस्था धावधावून सांत्वन करणार होती ते फक्त आशावहिनींचं !

एकटी पडणार होती ती ! -

तिचं सांत्वन कोणी करणार नव्हतं. तिच्या वाटणीला सतत उपेक्षा आली होती. स्वत:च्या भक्तीवर तिची ठाम श्रद्धा होती म्हणून वाटणीला आलेल्या उपेक्षेची तिनं कधी पर्वा केली नव्हती. तेवढी ती खंबीर होती; पण आता तिचा 'मेरू' कोसळला होता.

आणि अशा कातरवेळी उपेक्षा सहन होत नाही. मायेचा हात, जिव्हाळ्याचा शब्द ह्याची भूक कडाडून उठते. पण समाजानं तिचं प्रेम जसं कधी मानलं नसतं, त्याचप्रमाणे तिच्या दु:खाचंही समाजाला सोयरसुतक नव्हतं!... तिच्याच भाषेत सांगायचं म्हणजे, सांकेतिक चाकोरीतून येणाऱ्या प्रेमाला समाज मानतो, त्याचप्रमाणं दु:खाचंही! –त्याला पण चाकोरी हवी! – तरच सहानुभूतीची हिरवळ भेटणार!- आणि म्हणूनच ती प्रदीपला शेवटचं पाहू-भेटू शकणार नव्हती. चार सामान्य लोकांबरोबर ती त्याला लांबूनच पाहू शकणार होती!... एवढ्याचसाठी प्रदीपच्या घरी निघालेला मी, तिच्या घरी वळलो. तिची भक्ती मला मानावी लागलीच होती. अपरंपार प्रेम तुच्छ ठरवता आलं नव्हतं. जेवढा आघात आशावहिनींवर होता, तेवढाच तिच्यावरही होता.

ती अजिबात हादरली नव्हती असं नाही. पण तरीही ती फार 'बॅलन्स्ड' वाटली!... 'बसा' म्हणायची वाट न बघता मी बसलो. ती समोरच बसली. दोघं गप्प होतो. तिच्यासमोर गप्प बसण्याची वेळ खूपदा आली होती; पण आजची परिस्थिती...

सुरुवात तिनं केली. पण तीसुद्धा विचित्र! तिनं विचारलं,

"तुम्ही माझा सगळा ब्लॉक पाहिलात का हो?"

... मी नुसती मान हलवली.

"चला, तुम्हाला माझं देवघर दाखवते."

मी निमूटपणे पाठोपाठ गेलो. तिनं एका खोलीचा दरवाजा उघडला! .... दरवाजा उघडल्याबरोबर उदा-धुपाचा वास आला! ओळखीचा वास! ... त्या तसल्या क्षणीही मी सुखावलो. धूपाचा धूर कमी झाल्यावर त्या लहानशा खोलीतल्या बाकीच्या वस्तूंना अस्तित्व आलं.

समोरच्याच भिंतीला प्रदीपचा फोटो होता! – प्रदीपला आवडणाऱ्या मोगरीच्या फुलांचा त्याला हार होता.
"आत या." ती शांतपणे म्हणाली.
मनावर विलक्षण ताबा ठेवीत मी आत गेलो. सगळ्या भिंतींवर प्रदीपचे फोटो होते. त्याच्या आवडीच्या अनेक वस्तू तिथं होत्या. बरणीत, स्पिरिटमध्ये चाफ्याची फुलं होती. देवघराचा रंग प्रदीपला आवडणारा होता ! त्याच्या फोटोभोवती सोडलेले पडदे मखमलीचे होते. जिकडेतिकडे त्याच्या नाटकातल्या भूमिकांचे फोटो होते. स्टुलावर ठेवलेल्या एका फायलीत प्रदीपच्या आजवरच्या भूमिकांची परीक्षणं व्यवस्थित लावून ठेवली होती. पोथीला वहावीत त्याप्रमाणं, त्यावर फुलं होती!
ते सर्व पाहत मी विषण्ण मनानं बाहेर आलो. दरवाजा बंद करीत तिनं विचारलं, "तुम्ही आत्ता इथं कसे? तुम्ही वहिनींकडे असायला हवं ह्या प्रसंगी!"
ओठांशी आलेला हुंदका दाबीत मी म्हणालो,
"तिकडे तर सगळा गाव लोटणार आहे. मीही गावात सामील झालो तर इकडे कोणी यायचं?"
नेहमीच्या शांत स्वरात ती म्हणाली,
"जिकडे सांत्वनाची गरज आहे तिकडे जायला हवं. ज्यांना प्रदीप दूर गेलेत असं वाटतंय, त्यांना सांत्वनाची गरज आहे. माझे प्रदीप अजून इथं आहेत. माझ्याजवळ आहेत."
...शेवटी शेवटी तिचा स्वर बदलला. पण तो रडवा नव्हता. मी पाहत राहिलो. माझ्या नजरेचा अर्थ जाणून ती म्हणाली,
"पाहताय् काय? ...मी चांगली आहे. माझ्या डोक्यावर परिणाम वगैरे नाही झालेला!... मला रडायला जागा नाही. आणि रडू तरी कसं यावं? ...प्रदीपच्या सहवासाची धुंदी अजून ओसरलीच नाही. ते अजून इथंच आहेत. ते माझ्यापासून दूर जायचे नाहीत. मी त्यांच्यावर काही अन्याय केला नाही. मग ते कसे दुरावणार?... वियोग झाल्यावर माणूस का रडतो माहीत आहे?"
—मी मान हलविली.
"ते फक्त वियोगाचं दुःख नसतं. जिवंतपणी आपण त्या व्यक्तीवर जे अन्याय केलेले असतात, त्याला आपल्यापायी जे दुःख भोगावं लागलेलं असतं, त्या जाणिवेचं दुःखही त्यात असतं. मी त्यांच्यावर कधीच अन्याय केला नाही. मी त्यांच्यावर भक्ती केली. जे त्यांना त्यांच्या घरात कधी मिळालं नाही ते मी दिलं."

—या विधानावर मी चमकलो. माझे ते बदलेले भाव न्याहाळीत ती म्हणाली, ''मी वहिनींचा अपमान करते असं समजू नका. ती थोर साध्वी आहे. तिनं मिळविलेलं स्थान मी कधी मिळवू शकले नसते. 'गृहिणी' होणं मला कधीच जमलं नसतं. आमच्या दोघींची किंमत प्रदीपनी स्वतंत्रपणे जाणली होती, म्हणूनच ते कधी वाहून गेले नाहीत. त्यांच्या बायकोचं स्थान मला कधीही पेललं नसतं! आणि त्याच वेळेला हेही सांगते की, माझ्याएवढं वेडं व्हायला वहिनींना जमलं नाही! आणि कलावंताला भूक असते ती आपल्याबरोबर कुणीतरी आपल्याइतकंच वेडं व्हावं ह्याची!... ती भूक मी पुरी केली. मी त्यांच्यासाठी फुलले, त्यांच्याबरोबर फुलले; अपयशाचे घाव जेवढे त्यांनी झेलले, तेवढे मी झेलले! दु:खाच्या प्रसंगी त्यांच्याआधी माझ्या डोळ्यांत अश्रू आले आणि विजयाच्या क्षणी त्यांच्याआधी मी धुंदावले. हे त्यांना फक्त मी दिले. तुम्ही लोकांनी व्यक्तीची सुखदु:खं सांभाळलीत; मी व्यक्तित्वाची सुखदु:खं जोपासली. त्यांनी केलेल्या आविष्कारावर त्यांच्याएवढाच माझा अधिकार होता; तो तुम्हाला नाही. तुमच्यापैकी कोणाचंही प्रदीपवरचं प्रेम मला कमी प्रतीचं ठरवायचं नाही. मला एवढंच सांगायचं आहे, कलावंताला हे सर्व लाभूनही त्यापलीकडचं जे हवं असतं ते मी दिलं! तन-मन अर्पण केलं मी ते व्यक्तित्वाला! मी हरवले होते ती आविष्कारावर आणि म्हणूनच मला सांत्वनाची गरज नाही. व्यक्तित्वाची पूजा बांधणाऱ्या भक्ताला समोर व्यक्तीची गरज नसते. तुम्ही जा. धीर त्यांना हवाय्...

सांत्वन त्यांना हवंय्... त्या घरी जा!''

॰॰॰

शेखर वर्गात बसला आहे

ती मला लांबूनच दिसली. कालच्याप्रमाणे ती आजदेखील तशीच अवघडलेल्या अवस्थेत उभी होती. समोरच्या इमारतीतून मुलांचा लोंढा, फुटलेल्या पाटातून पाणी वाहून जावं तेवढ्या वेगानं बाहेर, रस्त्यावर लोटत होता. ''शाळेतून सुटणारी मुलं म्हणजे उतरत्या पाटावरून सैरावैरा धावणारे मोहरीचे दाणे''- ह्या कुठंतरी वाचलेल्या उपमेची मला रोज आठवण होते. शाळेचा दरवाजा तो एवढासा आणि सात ते आठ वयाची मुलं म्हणजे वारा प्यालेली वासरंच जणू! अशी काही झुंबड उडवतात दरवाज्यापाशी; की पुरुष असून ती कोंडी फोडून सुहासच्या वर्गापाशी जाणं मला अशक्य होतं; मग बायकांची गोष्टच निराळी —

— कालच्याप्रमाणे ती आजदेखील अवघडून उभी होती. तिचा चेहरा गोल आहे. वेण्या आखूड आहेत, पण केस कुरळे आहेत. वळण आकर्षक आहे. डोळे मात्र चांगलेच गोल व काळेभोर आहेत. त्यात थोडी खट्याळपणाची झाक आहे. वर्ण सावळा, उंची बेताचीच, अंगकाठी बारीक तर नाही, पण बेडौल वाटावी एवढी स्थूलही नाही, कपाळाला लक्षात येईल एवढं ठसठशीत कुंकू!-

— हे सगळं न्याहाळत न्याहाळत मी तिच्या समोरून शाळेच्या दरवाज्यापाशी पोहोचलो. मुलांची झुंबड दोन्ही हातांनी दूर लोटीत मी सुहासच्या वर्गापाशी जाऊन थांबलो. माझी वाट तो पाहातच होता. मला पाहाताच तो गडबडीनं म्हणाला,

''बापू, आज काही अभ्यासच दिला नाही.''

''मग काय, चैनच झाली.'' - त्याला घेऊन मी बाहेर आलो. आतापावेतो दुसऱ्या पाळीची मुलं आत घुसण्यासाठी धडपडू लागली होती.

मी रस्त्यावर आलो. ती अजून तशीच उभी होती. मी आपोआप थबकलो. मी थबकलेला पाहून तिच्या चर्येवर काही फेरफार झाले. हे सगळं निमिषार्धात

नकळत झालं आणि दोघं एकदम ओळख असल्याप्रमाणे हसलो. सुहासकडे पाहात ती सकौतुक म्हणाली, "मुलगा का?"-
मी मान हलवली! परत मोकळं हसत ती म्हणाली,
"गोड आहे."
काहीतरी विचारायचं म्हणून मी विचारलं, "तुमचं कुणी यायचं आहे का?"
"हो. माझा भाचा यायचाय. अजून बाहेर आला नाही. आणि मुलांची ही गर्दी..."
"मी पाहिलं असतं आत जाऊन. पण त्याची माझी ओळख नाही. आणि कपड्यावरून ओळखावं तर सगळ्यांचा युनिफॉर्म!"
— त्यावर ती गडबडीनं म्हणाली, "त्याला ओळखता येईल तुम्हांला. त्याचा वाढदिवस आहे आज. तो घरच्याच कपड्यात आलाय्. सुरवार आणि झब्बा, वर जाकीट आहे."
"मग सोपं आहे. मी त्याला आणतो. तुम्ही थांबा इथंच."
एवढं बोलून मी सुहासला म्हणालो, "सुहास, मावशीजवळ थांब, मी आलोच एवढ्यात. तुमच्या भाच्याचं नाव..."
"शेखर. पहिलीचा वर्ग. डाव्या हाताचा."
— गर्दीतून मी परत आत गेलो. तिनं सांगितलेल्या वर्गात गेलो. पण वर्गात कोणीच नव्हतं. तो साफ रिकामा होता. मी तसाच बाहेर आलो.
"वर्गात कुणीच नाही."
"वाटलंच मला. असा हूड आहे अगदी. मी यायच्या आत पळ काढतो."
"घरीच जाईल ना व्यवस्थित?"
"जाईल हो. पण वाटेत दोन मोठाली क्रॉसिंग्ज आहेत, भीती वाटते." – ती जाता जाता म्हणाली.

दुसऱ्या दिवशी ती मला परत शाळेपाशीच दिसली. माझ्याकडे पाहून ती हसली. मी पटकन् विचारलं.
"काय, शेखर बरोबर आला होता ना घरी?"
आनंदून जात ती म्हणाली, "अय्या, तुमच्या लक्षात होतं वाटतं? थँक्स. मी जाण्यापूर्वी पाचच मिनिटं पोहोचला होता. पळून आल्याबद्दल सगळ्यांची बोलणी खात बसला होता. त्याला घरात बघेपर्यंत जिवात जीव नव्हता माझ्या."
"साहजिक आहे. आता आमचं घर एवढं जवळ आहे तरी माझी सुहासला सक्त ताकीद आहे, की मी किंवा आई आल्याशिवाय शाळा सोडायची नाही."

“तुम्ही इथंच राहाता?”
“तर काय. डाव्या हाताला वळलं की, कोपऱ्यावरचीच बिल्डिंग. शाळेची घंटादेखील घरात ऐकायला येते.”
“रोज तुम्हीच न्यायला येता?”
“छे. छे. सध्या महिन्याच्या रजेवर आहे; म्हणून येतो. एरव्ही त्याची आई येते. तिची धावपळच होते सुहासच्या ह्या वेळा सांभाळायच्या म्हणजे. पण माझी वॉर्निंग आहे ह्या बाबतीत.”
“तुम्ही अगदी योग्य करताय्. तरी तुमचं घर जवळ आहे. मी जर इथं बहिणीकडे राहायला नसते तर, तिची भलतीच ओढाताण झाली असती. या असल्या नेण्या-आणण्याच्या कामात मुद्दाम वेळ काढावा लागतो हातचं काम टाकून. आक्का मला दिवसातून दहा दहा वेळा आभार मानून शाबासकी देत असते; माझ्या ह्या कामाबद्दल!”
—तेवढ्यात शाळेची घंटा झाली.
“बराय्, येते मी.”
“म्हणजे? शेखरला न्यायचं नाही का?”
“तो आज शाळेला आलाच नाही. काल वाढदिवस झालाय्, घरी बरीच प्रेझेण्ट्स येऊन पडलीत. आज रमलाय् त्यातच.”
“अच्छा, आमचे चिरंजीव थांबले असतील.”
“अच्छा!”

‘तुमचे मित्र आले की, तुम्हाला वेळेचं अगदी भान राहात नाही.’ सौ.नं शेरा मारला. नेहमीप्रमाणे वरच्या पट्टीतच. मी त्यावर शांत होतो. गायकानं कोणत्याही सप्तकात, कितीही उंच स्वर लावला तरी, तंबोरा षड्जपंचम सोडीत नाही, तसंच बायकोचा सूर कितीही चढला तरी, माझा षड्जच असतो. मी शांतपणे सदरा चढवायला सुरुवात केली. सौ. स्वत:शीच पण मी ऐकावं ह्या हेतूनं बोलत राहिली... “माझंच चुकलं. मीच जाण्याची तयारी करायला हवी होती. भावजी आले म्हणजे तुमची ब्रह्मानंदी टाळी लागते, हे माझ्याच ध्यानात यायला हवं होतं; पण पोळ्या करायला बसले होते, म्हटले संपवून टाकाव्यात. तुमचं असेल घड्याळाकडे लक्ष.”
“हे बघ, घंटा वाजलेली मी ऐकली नाही अजून.”
—ती स्वत:शीच परत बोलू लागली व केसांवरून जोरजोरात कंगवा फिरवू लागली. तिच्या मते घंटा झालेली तिला केव्हाच ऐकायला आली होती. ती तयारीला लागलेली पाहून मी नेहमीच्याच थंड स्वरात विचारलं,

"बरं, आता मी जाऊ की तू जाते आहेस?"––

—पण दोघांपैकी कुणावरच जाण्याची पाळी आली नाही. सुहासनं बाहेरूनच आरोळी दिली,

"बापू, आई, मी आ ऽ ऽ ऽ लो !"

आमचा वाद-विवाद विसरून त्याच्याकडे जात आम्ही एकदम म्हणालो,

"एकटाच आलास ना?"

दरवाज्याबाहेर बोट दाखवीत तो म्हणाला,

"मावशीनं पोचवलंन्."

गळ्यातलं दप्तर पलंगावर भिरकावीत सुहास आत गेला. आम्ही दोघं बाहेर आलो.

"तुम्ही आलात होय!– या ना, आत या, तुमची ओळख करून देतो. ही आमची सौ. आणि बरं का ग, ह्या... अरे खरंच, मला तुमचं नाव माहीत नाही अजून. ह्या शेखरच्या मावशी."

सौ.नं विचारलं, "शेखर कुठाय?" -

"त्याला खालीच उभा केलाय."

"छान! हे हो काय? त्याला नाही का वर आणायचा?" सौ.नं परत विचारलं.

"अहो, तो पोरगा एवढा चक्रम आहे की, तुमचं घर त्याला आवडलं असतं तर लगेच इथेच राहतो म्हणाला असता. आणि मग त्याची समजूत अगदी पटली नसती."

"हात्तिच्या, मग राहिला असता इथं. मी पोचवला असता संध्याकाळी. दोघं खेळली असती दिवसभर..." मी म्हणालो.

"तुम्हाला आणखीन पोहोचवण्याचा त्रास!" ती म्हणाली.

"वा, आता सुहासला सोडण्याची नाही का तुम्ही तसदी घेतलीत?"

"तुमची थोडी वाट पाहिली. तोही चेहरा एवढासा करून उभा होता पायरीवर; मग म्हटलं त्याला, मला घर दाखव, मी सोडते तुला. तशी निघाला उडी मारून. बराय् येते मी. खाली शेखर उभा आहे."

"तुम्ही हे काहीतरीच केलंत्. त्याला आणायचं होतं वर. जा हो तुम्ही, त्याला घेऊन या वर." सौ.नं मला सांगितलं. तशी लगबगीनं निघत ती म्हणाली,

"नको नको, आज नको. गप्पांच्या नादात गुंगलं की, मलाही मग भान राहात नाही. मी येईन परत. घरी व्यवस्थित सांगून येईन. मग जाण्याची घाई राहाणार नाही" – एवढं सांगून ती निघालीच. तेवढ्यात सौ. म्हणाली,

"थांबा जरा. थोडा खाऊ देते शेखरला. तेवढा घेऊन जा."

घरातून सौ.नं पटकन् दोन-तीन चॉकलेट्स आणून दिली. आम्ही उभयता तिला

जिन्यापर्यंत पोहोचवायला गेलो. दोन-तीन पायऱ्या उतरल्यावर सौ. म्हणाली,
"अहो, तुम्ही अजून नाव सांगितलंच नाहीत."
"खरंच की, माझं नाव मंगला."
"परत नक्की या. शेखरला घेऊन या." सौ. अगत्यानं म्हणाली.
"जरूर जरूर."
"हसतमुख आहे नाही मुलगी?"- मंगला गेल्यावर सौ. म्हणाली.
"येस्."
"लग्नाची असेल नाही?"
"हो, असणारच...का?"
"आपल्या मास्तरांना कशी काय आहे?"
"छानच आहे" – कल्पनेनं मास्तरांना आणि मंगलेला जवळजवळ उभं करीत
मी म्हणालो.
"मग आता तिची माहिती काढायला हवी. तिला पुन्हा आग्रहाचं आमंत्रण द्या."
"भेटली की देईन. पण त्यापेक्षा तूच गाठ तिला एकदा."

पण नंतर गंमत झाली. आमच्याकडे एकाएकी अनपेक्षित पाहुणे आले. त्यामुळे
सुहासला दुसऱ्या दिवशी भेटायला मलाच जावं लागलं; तेही मधल्या सुट्टीत.
त्याची खाण्याची व्यवस्था करायला. सौ.ला त्याचा डबा करायला वेळच
मिळाला नाही. शेवटी शाळेजवळच हॉटेलात त्याला आवडेल ते खायला
द्यायचं ठरलं.
स्वारीनं हॉटेलात साधा डोसा, दहीवडा ह्यावर चांगला ताव मारला. हट्ट न
करता, मागणी न करता हॉटेलात जायला मिळालं म्हणून चिरंजीव
'जन्मदात्यावर' खूष होते. हॉटेलच्या पायऱ्या उतरत असतानाच समोरून
मंगला येताना दिसली. तिनंही आम्हाला पाहिलं होतं आणि ती थांबली होती.
सुहास तिच्याजवळ जात म्हणाला,
"आम्ही आज हॉटेलात खाल्लं!"
– तिनं माझ्याकडं प्रश्नार्थक नजरेनं पाहिलं. 'कन्फेशन' देण्याच्या तयारीनं मी
म्हणालो, "आज हिला डबा करायला सवडच झाली नाही."
"मला नाही प्रशस्त वाटत एवढ्याशा लेकराला हॉटेलातलं खायला घालायला.
मला का नाही सांगितलंत?"
"केव्हा सांगणार?"
"सकाळी शाळेत बसवून द्यायला येते, तेव्हा गाठायचं आणि सांगायचं."
"वा! म्हणजे तुम्ही काय केलं असतंत?"

''शेखरला आत्ता डबा आणला त्यांत त्याच्यासाठीही आणला असता. वहिनींना सांगा, पुन्हा असं करू नका. संकोच न बाळगता सांगत राहा. आपला परिचय थोडा आहे, पण तुमच्या सुहासला मी रोज बघत राहायची. पहिल्यापासून तो मला आवडलाय; आणि परिचय झाल्यापासून तुम्ही दोघंही आवडला आहात. काल मी आक्काला खूप सांगितलं तुम्हां सगळ्यांबद्दल. तुमची ओळख तिलाही हवी आहे.''

--काल आमचं मंगलावरून जे संभाषण घरी झालं ते आठवून मी म्हणालो,

''हो, मलाही एकदा तुमच्या घरी यायचं आहे.''

''केव्हा येताय?'' मंगलेनं उत्सुकतेनं विचारलं.

''तुम्ही घरी सांगून, शेखरला घेऊन एकदा आमच्याकडे आलात म्हणजे मग आम्ही येऊ.'' – मी मुत्सद्दीपणा दाखवला.

संध्याकाळी साडेसातच्या सुमारास मंगलेला शाळेजवळ पाहून मला नवल वाटलं.

''तुम्ही आत्ता इथं कशा?''

''शेखर घरी आला नाही अजून.''

''म्हणजे ?''

''ट्रिपला गेलाय वर्गाबरोबर.''

''असं ना? येईल एवढ्यात. वर्गाचे मास्तर असतील ना बरोबर?''

''आहेत ना.''

''हात्तिच्या, मग कसली काळजी करताय?''

''नाही हो, एव्हाना यायला हवा होता.''

''अहो, पण आख्खा वर्गच परतलेला नाही. चला आमच्या घरी बसा. येईल तो एवढ्यात. शाळेची मोटार आमच्याच घरासमोरून जाईल. रस्त्यात किती वेळ वाट पाहात राहणार?''

''आता दहाच मिनिटं थांबणार आणि जाणार. मला थोडी खरेदी करायची आहे. दुकानं बंद व्हायच्या आत.''

—काही वेळ आम्ही तसेच उभे राहिलो. जरा वेळानं मंगला म्हणाली,

''तुम्ही जा ना घरी. माझ्यासाठी तुम्ही का उगीच ताटकळता?''

''तुम्हाला असं इथं उभं करून जायला काहीतरी वाटतं.''

''तसं काही नाही. बरं मग, चला. मी आत्ताच निघते तुमच्याबरोबर.''

मंगलेचे आणि आमचे योगच असे होते की, प्रत्येक वेळी ती मला किंवा

सौ.ला, अगदी घाईगडबडीत असताना दिसायची. तिला आमच्या घरी यायला कधी सवड झाली नाही आणि अर्थातच आम्ही पण आवर्जून कधी गेलो नाही. प्रत्येक वेळी तिनं आग्रहाचं आमंत्रण करावयाचं आणि आम्ही त्यावर म्हणायचं,
"अगोदर तुम्ही यायचं कबूल केलं आहेत."
पण दोघांचेही एकमेकांकडे जाण्या-येण्याचे योग जमत नव्हते. बहुधा मंगला शाळेजवळ भेटायची. भेटल्यावर बोलायचे विषयही ठरलेले!- तिनं शेखरच्या तक्रारी किंवा कौतुकं सांगायच्या आणि मी सुहासच्या! मुलांचे विषय संपले की, एकमेकांचा निरोप घेताना तिनं मला 'घरी या' म्हणायचं आणि मी तिला!

एक दिवस मला अचानक सुहासबरोबर मुख्याध्यापकांची चिठ्ठी आली. त्यांनी मला भेटायला बोलावलं होतं. त्यांचं काय काम असावं याबद्दल अंदाज करता येत नव्हता.
मधल्या सुट्टीच्या सुमारास ९॥ वाजता मी शाळेत गेलो.
"या, बसा." – मुख्याध्यापक बापटांनी माझं स्वागत केलं.
"तुमची चिठ्ठी मिळाली." खुर्चीवर बसता बसता मी म्हणालो. सुहासचे वर्गशिक्षक तिथंच होते, बापटांकडे वळून ते म्हणाले,
"हे आपल्या त्या सुहासचे वडील. पाठांतराची चढाओढ..."
"हां हां. आलं लक्षात." नंतर माझ्याकडे वळत बापट म्हणाले.
"आमची दर वर्षी एक पाठांतराची चढाओढ असते. तुमच्या मुलाचं पाठांतर चांगलं आहे. तेव्हा त्याचं नाव आम्ही चढाओढीत दाखल करून घेत आहोत. त्यात जर तो पहिला आला तर, शाळेतर्फे त्याला बक्षीस मिळेल. त्याशिवाय, 'पटवर्धन प्राईझ' मिळेल."
— ह्या बाबतीत मी काय करायला हवं होतं, ते मला समजत नव्हतं.
काहीतरी विचारायचं म्हणून मी विचारलं,
"दोन बक्षिसं आहेत?"
"शाळेचं असतंच दर वर्षी; पण गेल्या वर्षापासून पटवर्धन नावाच्या गृहस्थांनी त्यांच्या मुलाच्या स्मृतिप्रीत्यर्थ बक्षिस सुरू केलंय्. ह्याच शाळेत होता तो."
"होता? म्हणजे?"
"मागच्या वर्षीच गेला बिचारा. मोटार ॲक्सिडेंटमध्ये. हा काय त्याचा फोटो लावलाय्. पुवर चॅप."
मी फोटो पाहिला आणि ताडकन् उभा राहिलो.
"शेखर पटवर्धन ? - हा मुलगा हयात नाही? काय सांगता?"
"इट्स ए फॅक्ट! तो आणि त्याची मावशी जात असता, ट्रकचा धक्का

लागला. दोघांनाही. मावशी थोडक्यात बचावली. मुलगा मात्र गेला.''

''इम्पॉसिबल !''

मी जवळजवळ ओरडलो व खिडकीजवळ आलो. बाहेर मंगला उभी होती. बापटांना कल्पना आली असावी. माझ्या मागे येऊन उभे राहात ते म्हणाले,

''तीच त्याची मावशी; डोक्यावर परिणाम झालेली! सारखी शाळेच्या आसपास असते. आपल्यामुळे भाचा गेला, बहिणीचा विश्वासघात केला, ह्या विचारानं वेडी झालीय!– सोन्यासारखी पोर, पण पाहा अवस्था!''

बधिरपणानं मी विचारलं,

''हे असं किती दिवस चालणार?''

''कसं सांगायचं ?... आता एवढ्यात घंटा होईल. मुलं वर्गात जातील. वर्ग सुरू होतील. मी मग पाच मिनिटांनी जाऊन सांगतो, शेखर वर्गात बसलाय्... ती मग 'थँक्स' म्हणते आणि जाते.''

''आणि शाळा सुटल्यावर?''

''शेखर एवढ्यात घरी गेला तुमची वाट पाहून' – असं सांगतो. केव्हा केव्हा इथं येऊन त्याच्या अभ्यासाची चौकशी करते.''

—तेवढ्यात घंटा झाली.

मी सुन्न होतो. वर्ग सुरू झाले. सांघिक आवाजात कोणत्या तरी वर्गात पाढेही सुरू झाले. पाच मिनिटांनी बापट व्हरांड्यात गेले; मंगलेला म्हणाले,

''शेखर वर्गात बसाला आहे, काळजी करू नका.''

''थँक्स'' – मंगला हसून म्हणाली आणि तोंड वळवून झपाझपा चालू लागली.

खोलीत परतत बापट म्हणाले,

''बसा. तुम्हाला का बोलावलं सांगतो...''

दिशाभूल

'एका महत्त्वाच्या कामासाठी दुपारच्या गाडीनं निघून संध्याकाळी मुंबईला येत आहे. जेवायला घरीच राहीन. बाकी सर्व समक्ष भेटीत.'

—*आपला विसूकाका.*

एवढ्याच मजकुराचं विसुकाकांचं पत्र आलं तेव्हा मी, अप्पा आणि आई, विसुकाकाचं महत्त्वाचं काम काय असावं, ह्या विचारात चूर होऊन गेलो. प्रत्येकानं निरनिराळे तर्क लढवले. आपण बरं आपलं काम बरं ह्या वृत्तीचे विसुकाका. तशाच वृत्तीचे आमचे अप्पाही! ह्या समान धर्मामुळे दोघांचा अल्पावधीतच स्नेह जमला. ते दोघं जिवाभावाचे स्नेही झाले. इतके, की त्यांनी मला मुलगाच मानायला सुरुवात केली. घरी आले रे आले की, दरवाज्यातूनच हाक घालायचे, ''आमचा छोकरा कुठाय्?''

आई सांगायची, ''सकाळपासून पोरगं अभ्यास करतंय! मान वर करत नाही अगदी!''

''जुंपा, जुंपा त्याला आत्तापासूनच! वाऱ्यासारखं सुसाट पळायचं वय त्याचं, पण ठेवा कोंडून.''

''हो, सोडते त्याला वाऱ्यासारखा! चार-दोन लाखांची इस्टेट ठेवा तरी नावावर! मुलगा मुलगा करता ना त्याला?''

''अप्पांनी एवढं कमावलंय की, माझ्या चार-दोन लाखांनी काय कात होणार?''

''छान ! विसुकाका तुम्हीच बोलताय का हे? मग मात्र कमाल झाली. पोटार्थी माणसं आम्ही, काका! दोन वेळा हातातोंडाची व्यवस्थित गाठ पडली की, दिवस साजरा झाला समजायचं. जसं काही तुम्हाला हे माहीतच नाही ना?''

''वहिनी, लाखाची बात सोडा; पण दहा-पंधरा हजाराला मरण नाही ना?''

''विसुकाका, तुम्ही कुणी परके नाहीत. तुमच्यापासून लपवायचं नाही काही. आणि घरात असताना 'नाही, नाही' पण म्हणायचं नाही मला. पण तुम्हीच

सांगा, एवढ्या महागाईत, व्यापात काय जमवू शकणार आपल्यासारखी माणसं?''

''असंच आहे सगळीकडे, वहिनी. जात्यातले रडतात आणि सुपातले हसतात!...जाऊ दे. तुम्हाला काळजी दत्तूचीच ना तुमच्या? घाबरू नका. मी त्याला मुलगा उगीच का मानतो? संयोगितेचं लग्न झालं की, बाकीचं तुमच्या दत्तूचंच समजा...''

ह्या किंवा अशा तऱ्हेचा संवाद विसुकाका आले की व्हायचाच! संयोगितेच्या एका पाशाव्यतिरिक्त विसुकाकांना कोणी नव्हतं. खाना, पीना आणि आहे त्या परिस्थितीत मजा करना अशी विसुकाकांची वृत्ती! पण बायकोच्या निधनानंतर ते साफ बदलले. घर आणि काम ह्याव्यतिरिक्त त्यांनी स्वतःला जीवनच ठेवलं नाही. त्यांनी इकडंतिकडं जाण्याचं सोडून दिलं. नातेवाइकांचा मोठा गोतावळा असूनही ते सर्वांशी फटकून राहिले. विसुकाकांचं म्हणणं असं की, त्यांच्या बायकोच्या आजारपणात तिची देखभाल करायला कुणी येऊ शकलं नाही म्हणून ती दगावली. राधाकाकींच्या आजारपणात माझी आई पण त्यांच्याकडे जाऊ शकली नाही. सगळ्यांशी ह्या एका कारणासाठी तोडून वागणारे विसुकाका, त्याच कारणाने आमच्यावर कसे काय खपा झाले नाहीत, हे नवल होतं! पण ते घडलं होतं! त्यांच्या मनमोकळ्या वागण्यात फरक पडला होता. मनात येईल ते ताडकन् - तिथल्यातिथं - स्पष्ट बोलायचं, बाकी ठेवायची नाही आणि पाठ वळल्यावर कुचुकुचु करायचं नाही— ही त्यांची वृत्ती. राधाकाकूंच्या निधनानंतर त्यांच्यातला मोकळेपणा लयाला गेला. हसरी वृत्ती कोमेजली. कलंदर वृत्तीचे विसुकाका धास्तावले. त्यांनी हाय खाल्ली. ते माणसातून उठले. माणूस एकदा बाजूला पडला, की पार उतरला. मग स्पष्टवक्तेपणाला 'फटकळपणा' म्हटला जातो. मोकळ्या वृत्तीला 'वाह्यात' ह्या विशेषणाचा आहेर मिळतो. व्यवहाराला चोख असलेल्या माणसावर 'बिलंदरपणाचा' शिक्का मारला जातो. थोडक्यात, उपजत असलेल्या गुणांची शंका घेतली जाते; सावळेपणाला 'काळेपणा' म्हटलं जातं?

विसुकाका अशा तऱ्हेच्या अनुभवामुळे जास्तच बिथरले. सुक्याबरोबर ओल्याला प्रसाद मिळतो, त्याप्रमाणं त्यांनी मित्रांनाही दूर सारलं आणि तो जीव पन्नाशी यायच्या आतच वानप्रस्थाश्रम आणि संन्यासाश्रमाची भाषा बोलू लागला. त्यांच्यातलं हे परिवर्तन पाहून आम्हा सगळ्यांनाच वाईट वाटायचं. सुमारे वर्षापूर्वी ते एकदा आले असताना अप्पा त्यांना म्हणाले,

''विसू, तू कसा होतास आणि कसा झालास!''

''मी आहे तसाच आहे. तुम्ही तुमचे चष्मे बदललेत.''

विसुकाकांचा स्वभाव माहीत असल्यामुळं त्यांच्या ह्या उत्तराचं नवल वाटलं नाही. आई म्हणाली,
''आम्हालाही त्यात गोवता काय?''
''वहिनी, ज्यांना ज्यांना मी बदललो असं वाटतं ते सगळे एकाच पंक्तीतले.''
''काका सांगतात ते खरं आहे. मी सांगतो, काका, तुम्ही अजून आहात तसेच आहात.''
''पाहा मुलगा कसा बोलतोय ते! वारसा हवाय ना?''– काकांनी माझी विकेट घेतली. माझा चेहरा उतरला असावा. माझ्या पाठीवरून हात फिरवीत ते म्हणाले, ''अरे, तू असा चेहरा टाकू नकोस. तुला फुकट वारसा नाही मिळायचा. संयोगितेला वर्षातून दोनदा माहेरपणाला बोलवावी लागेल. तिच्याकडे पाहून पुढं तुझ्या बायकोनं जर नाक उडवलं, तर भूत होऊन मनगुटीवर येऊन बसेन. जे काही कीडुकमिडुक आहे ते तुझं आणि संयोगितेचं आहे. तिची सगळी व्यवस्था झाल्यावर उरलेलं तुझं...पण ही अट आहे.''
आणि त्यानंतर जवळ जवळ वर्षानं त्यांचं हे त्रोटक कार्ड आलं होतं. ते त्रोटक कार्ड पुन्हा एकदा वाचत आई म्हणाली,
''काय काम असेल बरं विसुकाकांचं?''
''कदाचित् संयोगितेचं लग्न ठरत असेल!'' – अप्पांनी विचार व्यक्त केला.
''शक्य आहे.''
''पण मग आपल्याकडे काय काम निघावं?'' – मी विचारलं.
''कदाचित् पुढची बोलणी वगैरे करायला मदत हवी असेल.''
''हो, किंवा आपल्याच घरी बैठक घेण्याचा विचार असेल.''
''असेल. तसंही असेल.''

पत्राप्रमाणे विसुकाका वेळेवर आले. ह्या वेळेला मात्र माझ्या नावाचा पुकारा करीत ते आले नाहीत. आम्ही त्यांना जवळजवळ वर्षानं भेटत होतो. वर्षाच्या कालावधीच्या मानानं मला ते जास्त थकलेले वाटले. आणखीन विरक्त वाटले. हातपाय वगैरे धुऊन झाल्यावर अप्पांनी विचारलं, ''जेवण तयार आहे. आधी जेवायचं की काम पाहायचं?''
विसुकाका पटकन् म्हणाले, ''आधी जेवण! काम फिसकटलं तर, जेवणात मन राहणार नाही!''
ह्या उत्तरावरूनच त्यांचा स्वभाव कायम असल्याचं ध्यानात आलं. आम्ही जेवायला बसलो. पण 'काम फिस्कटलं तर-' ही शंका घासागणिक घोळत होती. असं काय काम असावं, की जे फिसकटण्याची धास्ती वाटावी?

जेवणं चुपचाप झाली. अवांतर गप्पा झाल्या, पण झाल्या म्हणून झाल्या. बाहेरच्या खोलीत सुपारीची डबी ठेवायला देण्याकरिता आईनं जेव्हा हाक मारली तेव्हा ती हळूच पुटपुटली, 'दत्ता, काय काम असेल रे?'– मी नुसतेच खांदे उडवले आणि बाहेर आलो. मी दिलेली सुपारी तोंडात टाकीत विसुकाका म्हणाले, 'संयोगितेचं लग्न ठरलं.'

मधल्या दरवाजातून आई म्हणाली, 'ह्यांना मी अगदी हाच तर्क बोलून दाखवला.'

''कुठली मंडळी?'' अप्पांनी विचारलं.

''इथलीच आहेत. बापट आडनाव. मुलगा बी. कॉम. आहे. घरी सगळी आहेत. मुलाला कायम नोकरी आहे. त्यांना मुलगी पसंत आहे.''

''छान, छान. अगदी उत्तम झालं. शेवटच्या जबाबदारीतून सुटलास.''

''अक्षता पडेपर्यंत सुटलो म्हणून सुस्कारा सोडता येणार नाही.''

''अरे, आता लग्न जमल्यासारखंच आहे मुलगी पसंत म्हणजे. आता तपशील इकडेतिकडे.''

''तपशिलातच लग्नं मोडतात, बाबा! तुला सरळ सांगतो आता. मला लग्नखर्चासाठी दोन हजार रुपये हवेत; आणि तेही तुझ्याकडून. पुढच्या वर्षी परत करीन.''

—विसुकाकांनी मागणी केली आणि ते आमच्याकडे पाहात राहिले. मी जरा कावराबावरा झालो. अप्पाही अस्वस्थ झाले. विसुकाकाचं निरीक्षण चालू होतं. आई दरवाज्यातून आत गेली; जाता जाता तिनं मला खूण केली. ताबडतोब आत जाणं ठीक दिसलं नसतं. मी तसाच बसून राहिलो. तेवढ्यात आईनं हाक मारून म्हटलं, ''पाणी नंतर पिईन म्हणालास आणि तसाच उठलास.'' – मग आत जावंच लागलं. मी आत गेल्यावर आई कुजबुजली.

''तू तिथं आहेस. हे आहेत सांब. पटकन् विरघळतील.''

''हो, पण मी मधे काय बोलणार? लहान तोंडी...''

''तू आता लहान नाहीस. व्यवहार पाहायला हवास.''

तेवढ्यात बाहेर बोलणं चालू झालं असं वाटून आईनं पिटाळलं; पण दोघंही गप्प होते. एका क्षणात वातावरण बदललं होतं. मोकळेपणात कोंदटपणा मिसळला. अस्वस्थपणाची पहिली छटा अप्पांच्या चेहऱ्यावर पसरली आणि त्याच वेळेला 'समजलो' अशा अर्थाचा भाव विसुकाकांच्या नजरेत दिसला! किमया एका वाक्याची अवघी! इतक्या सूक्ष्म निरीक्षणावर गप्प बसून विसुकाका निघून जातील असं मला वाटलं. पण तसं घडलं नाही. विसुकाकांचा सहसा खाली न उतरणारा सूर खाली उतरला. त्यांचा पडलेला

आवाज ऐकून मला वाईट वाटलं.
“अप्पा, दोन हजारच हवेत. तेही काही दिवसांसाठी. सगळे परत करणार आहे. त्याशिवाय इथली यात्रा संपवणार नाही.”
“विसू, तू एकदम असली भाषा वापरू नकोस. तू पैसे बुडवशील, पळून जाशील, असल्या शंका तरी मला कधी शिवतील का? पण माझी परिस्थिती तुला...”
“बिलकुल माहीत नाही. आपला स्नेह इतक्या दिवसांचा; पण तुझा व्यवसाय मला पूर्णत्वानं माहीत नाही. मी माझी माहिती तुला कधी आपणहोऊन सांगितली नाही. तुझी कदाचित् तेवढी ऐपत नसेलही; पण मला आणखीन कुठं तोंड वेंगाडायचं नाही. नातेवाईक पासरीभर आहेत, पैसा कुठूनही उभा करता येईल. एवढे बडे लोक परिचयाचे आहेत, शब्द टाकायचाच अवकाश आहे; पण मला ते करायचं नाही. मोकळेपणा फक्त तुमच्या घरी वाटतो. हक्क फक्त तुम्हा मंडळींवर वाटतो. आपली एवढ्या वर्षांची मैत्री...”
विसुकाकांचा शब्द न् शब्द खरा होता. तरीही त्यांनी ‘एवढ्या वर्षांची मैत्री’ वगैरे वगैरे गोष्टींना आवाहन द्यायला नको होतं--असं मला वाटून गेलं. सद्सद्विवेक बुद्धीला जाग आणण्याचा प्रयत्न करणं किंवा भावनेवर भर देऊन अस्वस्थ करणं ह्या गोष्टीची काय आवश्यकता होती?
पैशाचा व्यवहार आणि मैत्री भावना...ह्यात तुलना करून पेच टाकण्यात काय मतलब? मग आम्ही असं का म्हणू नये-खऱ्या मित्रानं परिस्थिती समजून असे पेच निर्माणच करू नयेत!
आमची परिस्थिती खरोखरच बेताची होती... ज्या व्यक्तींना धावून धावून इतरांना मदत कराविशी वाटते; पण परिस्थिती मात्र नसते, अशा व्यक्ती नेहमीच कचाट्यात सापडतात. ज्यांच्याजवळ केवळ स्वत:ची अडचण निभण्यापुरती ‘श्री’ असते, त्यांनी मात्र ‘मैत्री सांभाळू, का पैसा सांभाळू’ ह्या द्वंद्वात राहायचं! विसुकाकांनी नेमकं ह्याच मऊ जागेवर बोट ठेवलं होतं!
अप्पा अद्यापि गप्प होते. होकार-नकाराच्या आंदोलनात ते होते. विसुकाकांनी ह्या विषयाचं सूतोवाच पत्रात केलं असतं तर...तर एका निर्णयासाठी मनाची तयारी करून ठेवता आली असती; पण आता तोंडी परीक्षेला बसल्यासारखं झालं होतं. अशा वेळी आपल्या अडचणी जरी तीव्र आणि खऱ्याखुऱ्या असल्या, तरी माणसाला लेखणीचा आधार जोरदार वाटतो.
विसुकाकांनी परत सुरुवात केली, “अप्पा, गोंधळात पडू नकोस. मला दोन हजार फुकट नकोत. माझी योजना ऐक. कर्जतला माझी थोडी जमीन आहे. चांगली आहे. ती मी दत्तूच्या नावानं करून देतो. तिच्या तारणावर मला एवढी

रक्कम दे. तसा माझा विमाही यायचा आहे; पण त्याला थोडी मुदत कमी पडते. त्याशिवाय इतर अडचणी आहेत. आणखीन वर्षभरानं मी पैसे परत देऊ शकेन. विम्याचे पैसे येते तर, जमिनीचा करार करून पैसा मागण्याचं कारण पडलं नसतं. जमीन मी अक्षरश: मातीमोलानं विकतोय, तू ह्याचा फायदा घे.''

''अरे, जमीन घेऊन मी काय करू? आख्खी हयात मुंबईत गेली. दत्तूही इथंच स्थायिक व्हायचा. त्या जमिनीकडं कोण पाहणार? हक्काची जमीन म्हणून तिचा उपभोग घ्यायचा तरी केव्हा?''

पुन्हा चमत्कारिक शांतता पसरली. अप्पांना काही सुचेना.

काहीतरी बोलायचं म्हणून अप्पांनी आईला म्हटलं,

''ऐकलंस का ग? जागा घ्यायची का आपल्याला?''

आई पुढं आली पण काहीच बोलली नाही. पुन्हा सगळे गप्प झाले. पाठीला चमत्कारिक ठिकाणी खाज सुटावी, आपला हात पोहोचू नये आणि दुसऱ्याला बरोबर जागा सापडू नये तशी अवस्था झाली.

''जमीन कुठं आहे?''

''आंबराईच्या मागे.''

''स्टेशनपासून किती लांब आहे?''

''पंधरा-वीस मिनिटं लागतात.'' – अप्पा हळूहळू विरघळत होते; पण ते निर्णयालाही येत नव्हते. विसुकाकाही माहिती द्यायची म्हणून देत असावेत.

''काय भाव आहे सध्या?''

''भाव बराच आहे. पण खरेदीच्या किंमतीपेक्षा स्वस्त विकणार आहे.''

''विसुकाका, तू एवढी झीज का सोसतोस? पैसाही घालवतोस आणि जमीनही घालवतोस.''

''मग, काय करू काय? आठ दिवसांत पैसा कसा उभा करू? उतरवलेल्या भावानं पण दोन हजार जमवताना नाकात दम येतोय; तिथं सबंध किंमत कोण मोजणार? जाऊ दे. काय व्हायचं असेल ते होईल. जमिनीचा तो एवढासा तुकडा म्हणजे मला फार मोठा आधार वाटत होता.''

बोलणी संपली अशा सुरात बोलत विसुकाका उठले आणि अप्पा एकदम म्हणाले,

''बघू तुझ्या जमिनीचा नकाशा!''

''मी आणला नाही आज. तू मदत करीत असलास तर असाच चाललो. उद्या संध्याकाळी ह्याच वेळेला येतो सगळं घेऊन.''

विसुकाका गेले. एवढा वेळ आईनं संभाषणात भाग घेतला नाही. विसुकाका

गेल्यावर ती बाहेर आली. पदरला हात पुसत म्हणाली,
''पेच टाकून गेले की नाही विसुकाका!''
''त्यात पेच कसला आलाय? पैसे देण्याचं ठरवलं म्हणजे पेच सुटलाच.'' अप्पा म्हणाले.
''म्हणजे, जमीन घेणार तुम्ही?'' – आईनं विचारलं.
''जमिनीचं पाहू...घ्यायची की नाही ते. त्याला सध्या पैसे हवेत. तेवढं पाहू या कसं जमवायचं ते. तुमचा विचार असेल तर जमिनीचाही विचार करता येईल.''
''मग आपण घेऊच या जमीन.'' —अगदीच पैसे तसे जायला नकोत ह्या धूर्तपणानं मी म्हणालो; पण पाठोपाठ आई म्हणाली, ''नको हं. त्यांची जमीन अजिबात नको. कुणी पाहिली आहे ती कशी आहे न् काय आहे!''
''जमिनीला काय पाहायचंय?'' —अप्पा.
''अहो, हजार भानगडी असायच्या त्या एवढ्याशा जमिनीमागं. नातेवाईकांचा गोतावळा किती आहे ते तुम्हाला माहीतच आहे.''
''हो, पण तो सगळ्यांपासून दूर आहे.''
''ह्याच कुठल्यातरी कारणामुळं कशावरून विकत नसतील ते?
विसुकाकांच्यावर माझा विश्वास नाही असं नाही. पण उद्या हव्या त्या घटकेला पैसे मिळू शकले नाहीत तर, त्यांच्यामागे तगादा लावता येणार नाही. आपलेच पैसे आपण मागणं हा गुन्हा ठरेल आणि वाकडं येईल.''
''म्हणजे तेव्हा मैत्रीतही बाधा येणार आणि पैसाही जाणार.'' मी म्हणालो.
मला दुजोरा देत आई म्हणाली, ''त्यापेक्षा आता कडवटपणा आलेला परवडला.''
प्रश्न सोडवल्याप्रमाणे आई म्हणाला, ''सरळ सरळ जमत नाही म्हणून सांगावं.'' हा मार्ग आईनं आडवळणानं सुचवला होता. एवढा झटपट निर्णय अप्पांना मात्र मानवत नव्हता. अजून व्यवहार की भावना, ह्या बिकट द्वंद्वात ते सापडले होते.
''पाहू तर खरं उद्या जमीन कशी आहे ती. जमीन ही वस्तू अशी आहे की, जिची किंमत नेहमी वाढतच असते. अगदीच काही पैसे वाया जातील असं नाही.''
—तेवढ्यात दारावर 'टक् टक्' आवाज झाला. वास्तविक आत्ता ह्या वेळेला आम्हां तिघांनाही कुणी येऊ नये, असं वाटत होतं. जरा कुठं एका समस्येवर विचार करीत होतो तर, कुणीतरी आलं होतं. पाश्चात्त्याप्रमाणं ठरलेल्या वेळेला, ठरवूनच जाण्याचा शिष्टाचार पाळायला आमचे लोक केव्हा शिकणार, असं म्हणत मी दरवाजा उघडला. बघतो तो आमचा मोहन कर्वे.

"या वकीलसाहेब!" मी हसून स्वागत केलं.

"ये बाबा. देवानं धाडल्याप्रमाणं आलास!" आई आतूनच म्हणाली.

"उं हूं, तसं नाही. Think of the Devil and..." माझं वाक्य पुरं व्हायच्या आतच मोहननं हात उगारला.

"ये. इथं माझ्याशेजारी बस. तुला एक विचारणार आहे. पूर्वी एखाद्या मंगल वस्तूच्या खरेदी-विक्रीसाठी ब्राह्मण लागायचा, हल्ली वकील लागतो" –– अप्पा म्हणाले.

"म्हणजे अप्पा, मी ब्राह्मण नाही की काय?"

"तसं नाही रे. गमतीखातर बोललो झालं."

"सांगा!"

"आम्ही एक जमीन विकत घेत आहोत. त्यासाठी काय काय करावं लागतं ते माहीत नाही."

"जमीन कुठं आहे?"

"कर्जतला."

"पडीक आहे का बागायतीची आहे? की शेतीची?"

"त्याची कल्पना नाही."

"आधी ते बघावं लागेल. जमीन कुणाची आहे? खात्रीच्या माणसाची आहे का?"

"आमच्या स्नेह्याची आहे."

"टायटल क्लिअर आहे ना?" – मोहननं विचारलं.

"म्हणजे?"

"हाच तर महत्त्वाचा मुद्दा. त्या जमिनीवर आणखीन कुणाचे क्लेम वगैरे नाहीत ना हे पाहायचं असतं. आणखी कुळाचे हक्क, भाऊबंदकी हे सगळं बघावं लागतं. आणि तसं काही नसेल तर, तशा कराराचं गावच्या मामलेदाराचं सर्टिफिकेट लागतं."

"बहुधा तसं काही नसावं. विसुकाका सरळ माणूस आहे." अप्पांचा मित्रविश्वास बोलला.

"अप्पा, जमिनीच्या बाबतीत अंदाज नसावेत. नुसते तुमचे स्नेही सरळ स्वभावाचे असून काय उपयोग? एखाद्याला निव्वळ खोडसाळपणा करायचा असला तर काय घ्या! जमिनीच्या आजकाल फार भानगडी वाढल्या आहेत. फार कशाला, तुमच्या प्लॉटच्या पलीकडे एखादी सार्वजनिक विहीर असेल, तळं असेल आणि पाणी आणण्यासाठी तुमच्या जमिनीतून पायवाट असेल तर, त्यावरसुद्धा पायवाटीचा-वहिवाट म्हणून हक्क असतो. खरेदीखत करताना ह्या

सगळ्या गोष्टी बघाव्या लागतात.''

''विसुकाका सांगतील पण तसं काही असेल तर!''

''अप्पा, मैत्री ती मैत्री आणि व्यवहार तो व्यवहार! भावना आणि व्यवहार ह्यांची गल्लत करू नका. व्यवहार फसेल आणि कायम कुचंबणा होईल. तुमची मैत्री निकट असेल तर, पैसे तसे उचलून द्या; पण बुडाले म्हणून द्या.''

''म्हणजे?''

''तुम्ही पैशाची पुढं मागणी केलीत की, मैत्रीत बाधा येईल. त्यांनाही तीच धास्ती वाटत असावी म्हणून ते जमिनीचा तोडगा सुचवताहेत.''– मोहन म्हणाला.

''कोर्टाची पायरी न चढता आज वकील पाहायला मिळतोय.'' अप्पा हसत म्हणाले.

''मोहन अगदी माझ्या मनातलं बोलतोय.'' आई मध्येच म्हणाली.

''तूही वकील व्हायची होतीस खरं म्हणजे. मोहनपेक्षा जास्त प्रॅक्टिस चालली असती म्हणजे...'' अप्पांनी आईवर हल्ला चढवला. पुढं आम्हा सगळ्यांकडे नजर टाकीत ते म्हणाले, ''एकंदरीत मी पैसे देऊ नयेत इकडे तुमचा कल दिसतोय तर!''

''असं बिलकुल नाही. तुम्ही पैसे द्या, जमीन घ्या; पण त्यापूर्वी त्याची कसून चौकशी करा.'' मोहन म्हणाला.

''मोहन, विसुकाका माझा मित्र आहे. अडचणीत आल्यावर त्यानं माझ्याकडे धाव घेतली. एवढे बारीकसारीक प्रश्न मी विचारू शकणार नाही.''

''मग त्यांनी पुढे केलेल्या कागदावर तुम्ही डोळे मिटून सही कराल?''

''असंही नाही.'' अप्पा अस्वस्थ होत म्हणाले.

''मग असं करा. तुमचा सल्लागार ह्या नात्यानं मी त्यांना हे सगळं विचारतो. तुमची संमती द्या. नाही तरी करार करताना वकील लागतोच. तेव्हा वकील ह्या नात्यानं केलेली चौकशी अव्यवहार्य होणार नाही आणि भावना दुखवण्याचाही प्रश्न उद्भवणार नाही.''

''हे ठीक झालं. असं करायला काहीच हरकत नाही.''

...मोहनला मी जिन्यापर्यंत पोचवायला गेलो. त्यानं मला विचारलं, ''अप्पांना मित्राची कीव येत आहे. आईचा विरोध आहे. तुझं स्वतःचं मत काय आहे?''

''थोडाफार मीही गोंधळलोय. अप्पांचं सबंध खडतर आयुष्य पाहिलं आणि जे काही त्यांनी जमवलं ते जमवतानाची ओढाताण आठवली म्हणजे वाटतं, ह्या भानगडीत पडू नये. आणि विसुकाकांच्याबद्दलही वाईट वाटतं. पैशापायी संयोगिताचं लग्न मोडलं तर काही अंशी आम्ही जबाबदार आहोत, ही रुखरुख लागेल.''

''तुमची ओढाताण मी समजू शकतो. एक सामान्य माणूस म्हणून माझ्याही

मनाची अशीच अवस्था होईल. माझीही झोप उडेल अशा वेळी. वकिलीचा पेशा पत्करल्यावर माझं मला वाटतं-- हे भावनाक्षम मन काही वर्षांनी निर्ढावेल. टक्केटोणपे खाऊन खडबडीत होईल. ही गोष्ट चांगली होईल का वाईट होईल...''
''व्यवसायदृष्ट्या ते उत्तम होईल आणि मनोरचनेतही फरक होणार नाही. बाहेर तू खऱ्याचं खोटं करून पैसा काढशील; पण घरी मुलगा उद्या खोटं बोलला तर त्याला दणकावशील. Education is what you use, Culture is what you are''
''आता तूही वकील हो!''- मोहन जिना उतरता उतरता म्हणाला.

अप्पा नंतर गप्प गप्प होते. ह्या विषयावर ते काही बोलले नाहीत. दुसऱ्या दिवशी सकाळी त्यांनी हाक मारून सांगितलं.
''हा चेक घे. दोन हजाराचा आहे. पैसे काढून आण.''
''पैसे द्यायचं तुम्ही ठरवलंत?''- आईनं विचारलं.
''देण्याची वेळ आली तर रक्कम तयार असावी.''
''मग आपण त्यांना चेकच देऊ या.''
''मोहन येऊ दे ना आधी! चर्चेत काय ठरतं ते पाहू.''- मी माझं मत सांगितलं. एकदम त्यावर अप्पांनी मला विचारलं, ''मोहनला तू मित्र मानतोस का?''
मी म्हणालो, ''हो?''
''किती?''
''खूप जवळचा.''
''मग त्यानं उद्या काही कारणास्तव पैसे मागितले तुझ्याजवळ, तर तू काय करशील?''
भीत भीत मी विचारलं, ''अगदी स्पष्ट सांगू का?''
''सांग.''
''तुम्ही रागवाल. ''
''बिलकुल नाही.''
''मी त्याला पैसे देईन.''
''मग झालं तर!''
''पण अप्पा, सध्या परिस्थिती निराळी आहे. चार पैसे मिळवायला किंवा काही पैशांना बुडवायला मला पुरेसा अवधी आहे. आता असा काही फटका खाण्याचं तुमचं वय नाही. तुम्ही अद्यापि कष्ट करीत आहात. अशा तऱ्हेचा अनुभव

तुम्हाला आता मिळाला नाही तरी चालणार आहे.''
अप्पांना माझी विचारसरणी कितपत समजली कुणास ठाऊक.

पण मोहन आणि विसुकाका आल्यावर निराळंच घडलं. मोहन आधीच येऊन बसला होता. विसुकाका आल्यावर अप्पांनी ओळख करून दिली.
''हे आमचे स्नेही, विसुकाका. आणि हे आमचे लीगल ॲडव्हायझर, मोहन कर्वे.''
का, कसा, कुणास ठाऊक, विसुकाकांचा चेहरा पार उतरला. किंबहुना पैसे देऊ शकत नाही असं अप्पांनी सांगितलं असतं तर, एवढा उतरला नसता.
मोहनकडे टक लावून पाहात ते खाली बसले. काही क्षण भलत्याच विचित्र तऱ्हेच्या शांततेत गेले. शेवटी मोहनने सुरुवात केली.
''जागेचा प्लॅन आणलात ना? पाहू या.''
विसुकाका क्षणभर थांबून म्हणाले, ''मी विसरलो.''
''हरकत नाही. चतु:सीमा माहीत असल्यास तर त्या सांगा. सात बाराचा उतारा द्या. ॲग्रिमेन्ट करू या आज. नंतर दोन वर्तमानपत्रांत नोटिस दिल्यावर पंधरा दिवस थांबावं लागेल. तेवढ्या वेळेत ह्या व्यवहाराला कुणाची हरकत आली नाही म्हणजे आपला मार्ग मोकळा झाला.''
''पण...''
''तुम्हाला कुणाचं देणं नसेल; पण निव्वळ एखाद्याला खोडसाळपणाच करायचा असला तर काय घ्या? तुमच्या मागं लग्नाची घाई आहे. काही भानगड उपस्थित झालीच तर, तुमच्या स्नेह्यांनाच त्रास होणार; नाही...का?''
''मला रक्कम आठ दिवसांत उभी करायची होती म्हणून...''
''हो, पण जमिनीच्याबाबत हे सगळे सोपस्कार होणं आवश्यक आहेत.''
मोहनकडे काहीसा तीव्र कटाक्ष टाकीत विसुकाका म्हणाले, ''मोहनराव, मला पुरतं तरी बोलू द्याल?'' – नंतर अप्पांकडे पाहात ते म्हणाले, ''अप्पा, मी पैशाची व्यवस्था करून आलो. तेच सांगण्यासाठी आलो होतो. तुम्ही सर्वांनी एकदम लग्नाला यायचंत. चांगलं चार दिवस राहायला आलं पाहिजे. मोहनराव, तुम्हीही यायचंत! अच्छा. निघतो मी.'' विसुकाका एकदम उठलेच.
''हे काय? जेवायला थांबताय ना?'' आईनं विचारलं.
''आता सवड नाही. एकदा अक्षता पडल्या की मोकळा झालो. मग रोज जेवायला येईन.''
आणि चहाचा कपही न घेता विसुकाका निघून गेले. काहीच न बोलता मामला पार बदलला. विसुकाका गेल्याबरोबर मोहनचा चेहरा उतरला. तो पटकन्

म्हणाला, ''मी यायला नको होतं.''

''छे छे, तुझा काय संबंध? तू कोणत्या भावनेनं आलास ते मी जाणतो. तुझं काही चुकलं नाही. विसुकाका जरासे विक्षिप्तच आहेत.''

''अप्पा, मी येणार आहे हे त्यांना नक्कीच माहीत नव्हतं. मग त्यांनी कागदपत्रं का आणू नयेत? ते तर त्याच कामासाठी गावाला गेले होते!''

''त्यांनी असं करायला नको होतं.'' मी म्हणून गेलो.

''मी कारण ओळखलंय. तुम्ही लगेच वकील वगैरे आणून ठेवाल, ह्याची त्यांनी अपेक्षा केली नव्हती. तुम्ही ह्या स्टेप्स् घ्याल असं त्यांना वाटलंच नसावं.'' मोहननं तर्क केला.

''मग काय ते तसेच पैसे नेणार होते?''- मी विचारलं.

''तसं काही नाही. त्यांची पैशाची व्यवस्था झालीही असेल.''

''मग चेहरा उतरायचं कारण काय? ते बिथरलेत एवढं निश्चित.''

अप्पा काही न बोलता उठले. कोटापाशी गेले. खिशातून पाकीट काढत त्यांनी मोहनसमोर पन्नास रुपये टाकले; आणि म्हणाले,

''तुझ्या सल्ल्याची फी!''

''कसल्या?''– मोहन चमकून उभा राहिला.

''आत्ताच्या. माझे दोन हजार वाचावेत म्हणून तू धावपळ केलीस. त्याची फी.''

''अप्पा, भलतंच काहीतरी काय? मी काय फीच्या आशेनं इथं आलो, तुमचा माझा काही संबंध नाही?''

''मोहन, भावना आणि व्यवहार याची गल्लत करू नकोस. सल्ल्याची फी घेणं ही झाली व्यवहाराची बाब; इथं भावनेचा सवाल नाही. सल्ला दिला म्हणून तुला हे पैसे घ्यावेच लागतील.''

त्यानंतर पंधरा दिवसांनी विसुकाकांचं आग्रहाचं पत्र आणि निमंत्रणपत्रिका आली. अप्पा अद्यापि उदास होते. चमत्कारिक वातावरण कायम होतं. पत्र आणि पत्रिका पाहून अप्पा म्हणाले,

''मला यायला प्रशस्त वाटत नाही. तू एकटाच जा. माझी चौकशी केली तर सांग, प्रकृती बरी नाही म्हणून.''

संयोगितेचं लग्न व्यवस्थित पार पडलं. विसुकाकांचा मुलगा या नात्यानं मी वावरलो तिथं. त्यामुळे माझ्या सरबराईला कमी नव्हतं काही! श्री. बापट, म्हणजेच माझे मेव्हणे–हा गृहस्थ मला एकदम आवडून गेला. विसुकाका स्वत: जातीनं मला 'हवं-नको' पाहात होते. मला कित्येक वेळा लाजल्यासारखं

होई. दहा वेळा मला वाटून गेलं की, अप्पांनी यायला हवं होतं. चार दिवस मुक्काम ठोकून मी मुंबईला परतलो. बापटांना दहा वेळा घरी येण्याचा आग्रह करायला विसरलो नाही. एकदा तो आग्रह पाहून विसुकाका म्हणाले,

''जावईबापू, आता इथून पुढं ह्यांचं घर हेच तुमचं सासर. मी एकटा, कलंदर माणूस. आज इथं तर उद्या तिथं. आता काही पाश राहिला नाही.''

''हे हो काय काका?''– संयोगिता गहिवरली.

तिला थोपटीत विसुकाका म्हणाले,

''अग, हे काय वेडे! मी जातो काय कुठे खरोखर? तुझं माहेरपण व्यवस्थित होतं की नाही हे पाहायला येणारच मी!'

एकंदरीत दिवस मस्त गेले --

अप्पा आणि आईही हे सविस्तर ऐकून खूष झाली.

आणि पंधराच दिवसांनी विलक्षण प्रकार घडला. एक मोठा लिफाफा माझ्या नावावर रजिस्टर पोष्टानं आला. 'काय आहे बुवा?' असं म्हणत मी पत्र फोडलं. आतून आणखी एक लिफाफा आणि लहान पाकीट बाहेर पडलं. दुसरं पत्र बापटांचं आमच्या मेव्हण्याचं होतं. वरती 'श्री' नव्हती तेव्हाच पोटात धसकलं.

प्रिय दत्तात्रय,

लग्नानंतर पहिलं पत्र अशा मजकुराचं लिहावं लागतंय, हे महान दुर्दैव आहे. ती. विसुकाकांना आठ दिवसांपूर्वी देवाज्ञा झाली, हे लिहिताना अत्यंत यातना होत आहेत. तुम्हाला कळवायला विलंब लागला ह्याची क्षमा असावी. घडलेली घटना एवढी जबरदस्त होती की, मन अजून बधिर झालेलं आहे. नेहमीच्या साध्या गोष्टीचं आकलन होऊ नये, एवढे आम्ही सगळे गडबडलो. गैरसमज नसावा. आमची अवस्था तुम्ही जाणाल.

कोणत्या तरी गोष्टीचा त्यांना धक्का बसला असावा. एकुलत्या एका मुलीचंच लग्न म्हणून ते जेमतेम उभे असावेत. तुम्ही गाडीत बसलात आणि त्यांना हृदयविकाराचा पहिला झटका आला. वाचतील—असं सारखं वाटत होतं. ते मात्र म्हणत होते–संपलं सगळं म्हणून ! जास्त लिहवत नाही. प्रत्यक्ष भेटू. तुम्हाला देण्यासाठी काकांनी एक पाकीट ठेवलं होतं. ते पाठवत आहे.

तुमचा,

अनंत बापट

अप्पांना मी ते पत्र दिलं. आतला दुसरा लिफाफा फोडला. त्यात जमिनीचे

कागदपत्र होते. तिसरं लहान पाकीट मी फोडलं. विसुकाकांचं मला आलेलं पत्र
होतं त्यात —

प्रिय दत्तात्रय,

सोबतच्या कागदपत्रावरून तुझ्या लक्षात येईलच की, कर्जतची माझी
जमीन मी दोन वर्षांपूर्वीच तुझ्या नावावर करून ठेवली होती. त्याशिवाय
मृत्यूपत्रात त्याची नोंद आहेच. श्री. मोहन कर्वे ह्यांचा परिचय झाला
तेव्हा, हे सगळे कागदपत्र जवळ होते माझ्या; पण तुझ्याच जमिनीचे
कागदपत्र तुला काय दाखवायचे म्हणून गप्प बसलो. त्याशिवाय मला
खात्री होती की, शब्दादाखल मला रक्कम मिळू शकेल. त्याला
व्यावहारिक स्वरूप देऊन तिथं लगेच वकील वगैरे आला असेल असं
मला वाटलं नव्हतं. असो. तुमच्या-आमच्यासारख्या मध्यमवर्गीय,
कुटुंबवत्सल माणसांची अनेकदा दिशाभूल होते. सद्हेतू आणि व्यवहार
ह्यांची सांगड घालताना फसगत होते.
संयोगितेला आई-बाप...दोन्ही नाहीत. पण तिला माहेर आहे. खरं ना?
अप्पाला सांभाळा. त्याच्यावर माझा राग नाही.
तुझा,
विसुकाका

౭౪౬

पिऊन वीज मी, फुले फुलविली

आज कशातही लक्ष नव्हतं! वास्तविक चित्तवृत्ती बहरून यावी अशा सर्व आवडत्या गोष्टी सभोवती हात जोडून उभ्या होत्या. गाडीनं घेतलेला भरधाव वेग!- ज्या वेगाचा कैफ चढावा असा वेग. नेहमीच गूढ वाटणारी पावसाळी हवा. त्या ओल्या हवेचा हुकूमत गाजवणारा वास; काळ्या ढगांमुळे आणखीनच विराट वाटणारं आकाश, आणि हिरव्यागार गालिच्याच्या पार्श्वभूमीवर स्वतःच्याच विश्वात दंग झालेलं गुलमोहराचं एखादंच दिसणारं धावतं झाड!- त्याशिवाय हातात आवडत्या लेखकाचं पुस्तक!... सगळं कसं जमून आलं होतं. सौख्य, सौख्य म्हणून जे चित्र नेहमी समोर उभं राहातं, त्यातलं आत्ता काहीही कमी नव्हतं. नाद होता, सुगंध होता, वेग होता, लय होती...

आणि तरीही मन बेचैन होतं. ह्या कशात रमत नव्हतं. आस्वाद घेण्याच्या अवस्थेत नव्हतं! स्त्री-सौंदर्यानं मी एवढा घायाळ झालो नव्हतो कधी. सुंदर स्त्रीकडे न पाहण्याइतका मी जसा सोवळा नव्हतो, तसाच केवळ त्याचाच विचार करण्याएवढा पागलही नव्हतो; पण आज काही और होतं!...ज्या अनेक बेभान करणाऱ्या गोष्टी आजुबाजूला होत्या, त्या सगळ्यांचा विसर पडावा इतकी ती सुंदर होती. नजर फिरून फिरून तिच्याकडे वळत होती. तिची माझी ओळख नव्हती; पण हातांच्या हालचालींनी होणाऱ्या बांगड्यांच्या आवाजानं...त्याच एका 'नादाची' ओढ लागली होती. हा फर्स्ट क्लासचा डबाच काय, पण अवघं आसमंत तिनं व्यापून टाकलं होतं. माझ्यासकट सगळं विश्व तिच्यापुढे 'गहाण' पडलं होतं. काळ्यासावळ्या ढगांकडे पाहावं की तिचे नेत्र पाहावेत, पावसाळी गूढ हवा पाहावी का तिचं गूढ-अनामिक व्यक्तिमत्व पाहावं, हिरव्यागार शालू नेसलेल्या जमिनीकडे पाहून धुंद व्हावं का तिच्या शीतल वाटणाऱ्या अस्तित्वानं बेभान व्हावं?...छे! आज सगळी उत्तरं

हरवली होती.

—नजरेला एकच छंद जडावा, पण तो पुरवण्याचं स्वातंत्र्य नसावं, तसं घडत होतं. एखाद्यानं हेवा करावा असा कथाकादंबऱ्यांतून शोभणारा प्रसंग होता. फर्स्ट क्लासचा डबा आणि डब्यात फक्त आम्ही दोघं ! पण हा एकांतच मला खायला उठला होता. आणखीन एकाकी वाटायला लावत होता. डब्यात आणखी माणसं हवी होती म्हणजे इतरांकडे बघण्याचं निमित्त करताना तिच्याकडे, तिच्या नकळत अनेकदा बघता आलं असतं; पण आता माझ्या हालचाली तिला समजत होत्या आणि माझ्यावर त्या एकांताचं बंधन पडलं होतं.

—लोणावळ्याला चहा-टोस्टचा ट्रे मागवायचा माझा ठरलेला कार्यक्रम. आज त्याचाही विसर पडला. एखाद्यानं एव्हाना तिची ओळख काढून दोघांसाठी चहा मागवला असता. मी तसाच बसून राहिलो.

लोणावला गेलं आणि चहाचा ट्रे घेऊन वेटर आला. ट्रेमध्ये दोन कप पाहून मी मनात म्हटलं, बहुधा कोणीतरी तिच्या ओळखीचं येणार असेल. तिनं चहा करण्यासाठी कप तयार केले; आणि हातात साखरेचं भांडं घेऊन तिनं मला विचारलं,

''तुम्हाला साखर किती लागते?''

—मी सटपटलोच. काय बोलावं कळेचना. चाचरत मी म्हणालो,

''अहो पण...''

''आपण नंतर त्यावर चर्चा करणारच आहोत. ह्या अशा हवेत चहा कसा गरम हवा. तेव्हा साखर किती ते सांगा; मग बोलूच अवांतर!''

''दीड चमचा पुरे.''

''चला, आपली एक आवड तर जुळली.''

—तिनं चहाचा कप हातात देईपर्यंत मी बराचसा सावरलो होतो. मी चहाचा स्वीकार केल्यावर ती म्हणाली,

''आता बोलूया. मी चहा कशाला मागवला हा तुमचा पहिला प्रश्न असणार—''

मी मान हलवताच ती तत्परतेनं म्हणाली,

''हा प्रश्न फार व्यावहारिक आणि ह्या छानदार हवेत फार रुक्ष आहे, तेव्हा आपण ह्या प्रश्नाला ऑब्शन् देऊ. कारण माझ्याआधी तुम्ही चहा मागवला असतात तर, तो नक्की एकट्यासाठी मागवला नसतात.''

—इतक्या मोकळेपणी बोलणाऱ्या व्यक्तीपुढे आपण राखून बोलणं हा गुन्हा ठरला असता. मी म्हणालो,

''तुम्हाला द्यावा असं हजार वेळा वाटलं, पण जे धाडस तुम्ही करून मोकळ्या झालात ते माझ्याकडून झालं नसतं. कारण...''
''माझं हे अलौकिक सौंदर्य!'' – ती पटकन् म्हणाली.
''तुम्ही मला निरुत्तर केलंत.'' - मी म्हणालो.
''मला माझ्या सौंदर्याचा गर्व नाही, पण जाणीव आहे. कधी कधी ह्या सौंदर्याचा राग येतो. ज्या देणगीमुळे माणसं चमकावीत, बुजावीत, ती कसली देणगी? ह्या सौंदर्यामुळं लोकांना माझी भीती वाटली तर काय उपयोग? तुम्ही घाबरलात की नाही?''
''तुमचे सगळे अंदाज खरे आहेत. तुम्ही माझा अपमान केलात तर काय घ्या...असंच मनात आलं आणि ते फारसं चुकीचं होतं, असं मला वाटत नाही.''
''चूक नाही. पण माझे विचार ह्या बाबतीत फार निराळे आहेत. अशी धास्ती फक्त सुंदर स्त्रियांच्या बाबतीत वाटते असं नाही तर, कलावंत, लेखक, कवी, मोठ्या पदापर्यंत पोहोचलेल्या कुठल्याही माणसाची वाटते.''
''खरं आहे, अगदी खरं आहे.''
''पण मला निराळं म्हणायचं आहे. तुमची भीती निराधार नव्हती; पण असं ज्या व्यक्तीकडून घडतं, ज्या कलाकाराकडून घडतं, त्याची कला कुठंतरी कमी आहे, डागाळलेली आहे असं मी मानते. तीच बाब सौंदर्याची! जे खरं सौंदर्य आहे, तिथं गौणत्वाची भावनाच नसते इतरांबद्दल; म्हणजे असू नये. तेच कलेच्या प्रांतांतही लागू आहे.''
– मी मंत्रमुग्ध झालो होतो. तिच्या सौंदर्यानं तर झालोच होतो; पण आता विचार ऐकूनही. ती मला जास्त सुंदर दिसायला लागली.
''तुमचे विचार थोर आहेत.''– मी भारावून म्हणालो.
''ते तुम्ही ठरवा, मला प्रामाणिकपणे जे वाटतं ते आणि इतरत्र जे अनुभवास येतं त्यावरून सांगते, माझी अशी श्रद्धा आहे की जे सुंदर आहे, जिथं कला आहे, जिथं शक्ती आहे...तिथं प्रत्यक्ष परमेश्वरी अंश असतो. किंवा जिथं परमेश्वरी अंश असतो तिथंच खरी कला, खरं सौंदर्य असतं. जिथं समोरचा माणूस आपल्यापेक्षा निराळा आहे अशी भावना आहे, तिथं काहीतरी कमी आहे. परमेश्वरी अंश असलेली कोणतीही व्यक्ती उद्दाम असूच शकत नाही. खरं ना?''
''अगदी खरं. पण असा विचार किती थोडी माणसं करतात? - किती थोडी म्हणण्यापेक्षा, कोणी नाहीतच असं म्हणायला हवं.''
''तशी परिस्थिती आहे खरी. पण त्याचा दोष आपण आपल्याकडे का घ्यायचा?- कोणत्याही गुणानं मोठ्या झालेल्या माणसाकडून अपमान झालाच तर, तो

कलावंत खऱ्या अर्थानं मोठा नाही असं म्हणावं आणि गप्प राहावं. त्याच्याशी बोलावंसं वाटावं ह्यात अपराध नाही. सौंदर्याकडे, कलेकडे, ज्ञानाकडे, गुणाकडे, अलौकिकत्वाकडे ओढ वाटणं हा सहजधर्म आहे.''

''तुमचा शब्द न् शब्द मला पटतोय. पण तरीदेखील मी आपणहोऊन कुणाशी बोलू शकेन असं वाटत नाही. तुमच्याशी बोलावं, परिचय व्हावा असं वाटून गेलं; पण माझ्याकडून सुरुवात होणं शक्य नव्हतं.''

—मी प्रांजळपणे सांगून टाकलं. एवढ्या गप्पागोष्टी झाल्यावर स्वर मिळायला काय वेळ? सभोवतालच्या वातावरणाला आणखीनच अर्थ आला. आता तर न्यून कशातच नव्हतं. हरवलेली मन:स्थितीही सापडली. प्रवासातला शेवटचा टप्पा कसा संपला, हेही मला कळलं नाही...

बोरीबंदरला गाडी उभी राहिली. लोक भरभरा व्यवसायाच्या ओढीने स्टेशनाबाहेर पडू लागले. अगोदर मी उतरलो. पाठोपाठ ती उतरली. ती खाली उतरायचाच अवकाश, समोरून एक रुबाबदार गृहस्थ सामोरा आला. तिच्या हातातली बॅग घेत त्यानं विचारलं,

''मंजू, कसा काय झाला प्रवास?''

''उत्तम.''

''तुझा प्रवास कंटाळवाणा कधीच होत नाही म्हणा.''

''तुमची ओळख करून देते.''

''मला वाटलंच, म्हटलं स्नेही कसा काय जोडला नाहीस प्रवासात?''— तो मनमोकळं हसून म्हणाला. आम्ही एकमेकांना अभावितपणे अभिवादन केलं.

''हे माझे मिस्टर, अविनाश. आणि ह्यांनी आत्ता हाक मारली तेव्हा माझं नाव तुम्हाला समजलं असेलच.''

''छान! म्हणजे नावाची माहिती वगैरे करून न देताच तू तीन तास ह्यांचं डोकं उठवलंस वाटतं!''

''छे छे, तसं नाही. आजचा प्रवास संपू नये असंच शेवटपर्यंत वाटत होतं.'' मी अभावितपणे बोलून गेलो आणि मग संकोचलो; पण ह्यावर अविनाश चटकन् म्हणाले,

''परमेश्वरानं तुमची प्रार्थना ऐकली नाही ते बरं झालं, कारण मला गाडीची वाट पाहत कायम इथं थांबावं लागलं असतं!''

आम्ही सर्व हसलो.

''बरं, आता निघू या?''

''निघू या.''

''ह्यांना आपला पत्ता वगैरे दिलास की नाही? नाव सांगितलं नव्हतंस तसाच

पत्ताही सांगितला नसशील.''—असं म्हणत अविनाशनी खिशातून कार्ड काढून दिलं. दोघांनीही घरी येण्याचा आग्रह करीत निरोप घेतला.

मंजूच्या सौंदर्याचा आणि विचारांचा जबरदस्त पगडा माझ्या मनावर बसला होता. तीन-चार दिवस बेचैनीत गेले. पण ह्या बेचैनीत मजा होती. त्यातून दोन-तीन तास ती माझ्याशी फार चांगलं बोलली होती. त्यात पुष्कळसं तत्त्वज्ञान होतं; पण ते मंजूसारख्या सौंदर्यसंपन्न स्त्रीनं मांडलेलं तत्त्वज्ञान होतं. तिला लाभलेला साथीदारही केवळ तिच्यासाठीच राखून ठेवला होता.
'अनुरूप, अनुरूप'—ह्याची जी काही व्याख्या असेल ती प्रत्यक्ष पहायची असेल तर अविनाश-मंजिरीला पहावं!
असं होतं तरी, मी पुन्हा त्यांना भेटायला गेलो नाही. जाण्याची इच्छा असून गेलो नाही. ह्याचं कारण, कुठं तरी माझी मला भीती होती. मी उत्कंठेनं भेटायला जाईन आणि मला कुणी भेटणार नाही असंच सारखं वाटायचं. ज्यांच्या मागं जावं त्या व्यक्ती लाभू नयेत असाच कैकदा योग असतो हे एक आणि एकीकडे असं वाटायचं की, असेलच योग तर पुन्हा ती दोघं भेटल्याशिवाय राहणार नाहीत.
आणि तशी ती भेटलीच—अकल्पितपणे.
सराफाच्या दुकानात गाठ पडली. माझा एक मित्र तिथं सेल्समन म्हणून काम करतो. त्या बाजूनं मी कधी गेलोच तर दुकानात डोकावतो. त्या दिवशी सहज पाहातो तो ती दोघं. त्यांना पाहून मला जसा आनंद झाला तेवढाच त्यांनाही झाला.
''तुम्ही आला नाहीत आमच्या घरी?--'' अविनाशनी विचारलं.
''येण्याच्या विचारात होतोच.''
''नक्की यायचं, आशीर्वाद नको नुसता.'' मंजू म्हणाली.
''नक्की येतो.''
—त्यांची खरेदी आटोपली असावी. अविनाश म्हणाले,
''जरा लौकर जाण्याच्या गडबडीत आहे, नाहोतर आत्ताच तुम्हाला नेलं असतं.''
''पण मी दोन-चार दिवसांत नक्की येतो.''
—दोघांनी माझा निरोप घेतला. बराच वेळ मी हरवल्यासारखा बाहेरच पाहत होतो. मित्रानं पाठीवर थाप मारीत मला भानावर आणलं.
''ह्या दोघांची आणि तुझी कशी काय ओळख?''
''गाडीतली. इथं नेहमी येतात का?''
''बहुदा.''

''खूप बडी आहेत का रे?''

''बडी आहेतच; पण त्याहीपेक्षा त्यांना दांडगी हौस आहे. खऱ्याखुऱ्या अर्थानं ती आयुष्य जगताहेत.''

''हे खरं आहे मात्र. दोघं कशी जॉली आहेत.''

''त्यांची अशी वृत्ती आहे म्हणूनच ती सुखात आहेत. नाहीतर अशा परिस्थितीत काळजीनं खंगून आधीच व्हायचं काहीतरी.''

''म्हणजे? ...काय म्हणतोस तू?...कुणाबद्दल?''

''तुला माहीत नाही?''

''काय?''

''त्या बाईला कॅन्सर झालाय.''

''सद्या, काय सांगतोस? खरं?''

''होय, गोष्ट जुनी आहे. त्या दोघांना माहीत आहे ती. म्हणूनच खाना...पीना...मजा करना एवढ्याच उद्देशानं, दोघं राहिलेलं आयुष्य घालवताहेत.''

सगळे कार्यक्रम रद्द करून मी सदाचा निरोप घेऊन सरळ घरी परतलो. त्या बातमीचा माझ्या मनावर वाजवीपेक्षा जास्त परिणाम झाला. कशात गोडी वाटू नये, जीवन नीरस वाटावं एवढे त्यांचे माझे निकट संबंध नव्हते. फार दिवसांचा सहवास नव्हता. मंजिरीच्या सौंदर्यानं मी झपाटलो होतो, तरी तिच्या सौंदर्याची लालसा मनात निर्माण झाली नव्हती एवढं निश्चित!...एका चांगल्या जोडप्याशी परिचय झाला, ह्याचाच मोठा आनंद होता. ते समाधान आणि तो आनंद किती मोठा होता, ह्याची कल्पना आता ती बातमी ऐकल्यावर येत राहिली.

आणि मग मनाची अवस्था मोठी बिकट झाली. त्यांच्या घरी नक्की येण्याचं कबूल करूनही माझी उमेदच गेली. वाटायला लागलं, कशाला उगीच घरोबा वाढवायचा?...जितका घरोबा वाढेल, तितका नंतर दाह होईल जिवाचा. त्यापेक्षा अंतर बरं!...

मी एवढा निरवानिरवीचा विचार का करीत होतो? मंजिरीचा कॅन्सर फार मोठ्या प्रमाणावर नसेल, त्याचं स्वरूप अगदी सौम्य असेल, तिला धोका तर नाहीच नाही एवढ्यात, असा विचार का येत नव्हता हे कळत नव्हतं. तिच्या आयुष्याची अखेर अगदी दहापंधरा दिवसांवर आल्याप्रमाणे मी उदास झालो होतो.

केव्हा केव्हा ह्याच्या अगदी उलट वाटायचं. वाटायचं, इतक्या चांगल्या माणसांच्या मैत्रीचा जास्तीत जास्त सहवास लुटावा. जास्तीत जास्त क्षण

त्यांच्याबरोबर घालवावेत. आजचा दिवस हा आजचाच. मनाच्या ह्या उभारीत मी जायला सिद्ध व्हायचा, पण ही उमेद टिकायचीच नाही. वाटायचं, ही बातमी समजल्यावर आपण मंजिरीसमोर कसं उभं रहायचं? जणू तिला कॅन्सर झाला ह्यात माझाच काही अपराध होता. मृत्यु अटळ ह्यात शंकाच नाही. पण त्यातही आपण आता थोड्याच दिवसांचे सोबती आहोत ह्याची कल्पना येणं म्हणजे, काय भयंकर कल्पना असेल!... स्वत: मंजूला जे काही वाटत असेल त्याचं नक्की काय स्वरूप असेल? आणि तिच्याबरोबर हिंडता...फिरताना अविनाशना काय वाटत असेल?...ते कितीही नाचत-बागडत असले तरी...हे सारं आता काही दिवसांचंच राहिलंय् ही जाणीव त्यांना सातत्यानं टोचत नसेल का?...
—छे छे चंद्रावर केवढा हा डाग?
उलटसुलट कोणत्याही दिशेनं विचार करूनही, शेवटी मी त्या तसल्याच भयानक विचारांशी जाऊन पोचायचा. पण त्या दोघांना भेटून खराखुरा प्रकार विचारण्याचं धाडस करायला मात्र मी तयार नव्हतो.

आणि अशाच मन:स्थितीत दोघं भेटली. अगदी समोरूनच आली. तीच दोघांची टवटवीत चर्या, हसरे चेहरे, विजयी हावभाव! माझ्याच पोटात कुठं तरी खड्डा पडला.
"कुणीकडे?..." मी विचारलं.
"जरा डॉक्टरकडे आलो होतो." – अविनाश म्हणाले.
मला अज्ञान पांघरून विचारावंच लागलं, "डॉक्टरकडे?...आणि ते कुणासाठी?"
"बाईसाहेबांसाठी. मधून मधून त्यांना जावंसं वाटतं, जनरल चेकअप्साठी."
"काय होतंय्?" - घशात कोरड पडली. वाटलं, ह्या माझ्या प्रश्नाचं निराळं उत्तर यावं. श्वास उभा राहिला.
"आमच्या मंजूला कॅन्सर झालाय्."
मी दोघांकडे पाहत राहिलो. हसत हसत मंजूनं विचारलं, "खरं वाटत नाही ना?...कुणाचा पटकन् विश्वासच बसत नाही."
मी गप्प होतो.
"आज आता चला आमच्या घरी." अविनाश म्हणाले. त्याच वेळी मंजूनं टॅक्सीला हात केला.
टॅक्सीत मी मोजकंच बोललो. ती दोघं बोलत होती. मला बोलका करण्याचा प्रयत्न करीत होती. त्यामुळे कळत नकळत माझं दडपण कमी होत होतं. पुन्हा वाटायला लागलं, एवढ्या जॉली बाईला अशी व्याधी जडायची नाही. शास्त्र

एवढं पुढे गेलंय् पण त्याचे अंदाजही चुकतातच.

त्यांचं घर पाहून मन आणखीन हलकं झालं. 'वा वा, बेस्ट!'...तोंडून सहज शब्द गेले. आम्हाला बसायला सांगून मंजू आत गेली. खोलीतला कोपरा न् कोपरा मी न्याहाळत होतो. कलात्मकतेनं सजवलेल्या त्या खोलीतली कुठलीही गोष्ट निसटू नये, ह्या सावधगिरीनं आणि कौतुकानं मी निरीक्षण करीत होतो. पण हे निरीक्षण चालू असतानाच परत फटकारा बसला तो त्याच विचाराचा!...ही सजावट अशीच राहणार, फक्त मंजिरी इथं नसणार!

बघता बघता माझा चेहरा उतरला. माझ्या हालचालींकडे अविनाशचं नुसतंच बारीक लक्ष नव्हतं, तर माझ्या मनोव्यापाराची त्यांना कल्पनाही आली असावी.

''तुम्हाला आमच्या मंजूची काळजी वाटते ना?''

''हो.'' – आढेवेढे न घेता मी सांगून टाकलं. ''काही गंभीर आहे का?'' – मीच विचारलं.

''सध्या नाही; पण शेवटी तो कॅन्सरच.'' अविनाश म्हणाले. त्यांच्या आवाजावरून त्यांची भावना पक्की कशी होती, ह्याचा उलगडा झाला नाही. मी आणखीन काही विचारणार तेवढ्यात मंजिरी बाहेर आली.

''अरे, बसा ना, उभे काय! पंखा लावला नाहीत?''

– मी बसलो. समोरच ती दोघं बसली.

''आज आम्ही तुम्हांला पकडवॉरंट काढून आणलं ते मुद्दाम. उद्या अविनाश गावाला जाणार आहेत, ऑफिससाठी फिरतीवर! महिना-दीड महिना मग ते इथं नाहीत. मीही मग सगळीकडे हिंडत बसते. तुम्ही आला असतात तर भेट झालीच असती असं नाही.'' – मंजिरी म्हणाली.

''तुम्ही आज इथंच जेवायचं. आपण मस्तपैकी बुद्धिबळ खेळू. तुम्ही खेळता ना?''

''खेळतो; पण तरबेज नाही.''

''मग छानच. आम्हा दोघांच्याकडून एकेक गेम खा. मंजूच्या हातचं मस्त जेवा. परवाच भीमसेनची एक टेपरेकॉर्ड आणलीय. त्याशिवाय बिस्मिल्लाच्या लाँग प्लेईंग आहेत. मजा करू.''

चार-पाच तास त्या दोघांच्या सहवासात घालवल्यावर मी जेव्हा घरी परतलो, तेव्हा माझी मन:स्थिती नक्की कशी होती ह्याचा मलाही पत्ता लागला नव्हता. माझ्या चार-पाच तासांच्या वास्तव्यात त्या तीन खोल्यांच्या वास्तूत सगळं मंगल होतं. नैराश्याला, दु:खाला, उपेक्षेला तिथं थारा नव्हता. होतं ते केवळ समाधान, अपार आनंद आणि तृप्ती! असुखी होतं ते माझं मन. हुरहुरीनं व्यापलं होतं ते माझं अंत:करण! त्या दोघांच्या बोलण्या-चालण्यात,

हालचालीत कुठंही खेद नव्हता, वेदना नव्हती, जडत्व नव्हतं!
माझा मात्र घरी आल्यावरही हाच विचार चालला होता, की कुठंतरी, व्यवसायात मन सतत रमवण्याचा तर त्यांचा हा प्रयत्न नसेल? प्राक्तनात लिहिलेलं वैफल्य विसरण्यासाठी तर ही धडपड नसेल ?
पाण्याच्या भोवऱ्यात सापडल्याप्रमाणे मी तिथल्या तिथेच फिरत होतो आणि तसाच पाण्यात खोल...खोल जात होतो ! मंजिरीचा आजार कितपत गंभीर आहे, सध्या ट्रीटमेंट कुणाची आहे, डॉक्टर काय म्हणतात, ह्या गोष्टींची मला तपशीलवार माहिती हवी होती. आणि त्या विषयावर दोघं बोलत नव्हती. जणू मंजूला तसं काही झालंच नव्हतं.
माझं मात्र हे सर्व समजल्याशिवाय समाधान होणारच नव्हतं. एके दिवशी संध्याकाळी माझी पावलं आपोआप मंजिरीच्या घराकडे वळली. तिला झालेल्या व्याधीची चर्चा तिच्याबरोबर करणं बरोबर नव्हतं; पण ती जर बोललीच तर खूप मोकळेपणी बोलेल, ह्याची मला खात्री होती.

मंजिरी घरातच होती. प्रफुल्ल मुद्रेनं तिनं माझं स्वागत केलं.
''खूप दिवसांनी आलात.''
''भेटाल की नाही याची शंका होती.''
''हल्ली नाही जात बाहेर.'' – ती म्हणाली. मी लगेच तिच्याकडे निरखून पाहिलं. पण नाही, नैराश्याचा तिथं लवलेश नव्हता. शेजारीच औषधांच्या बाटल्या दिसत होत्या. तिकडे पाहात मी विचारलं,
''ही तुमची ट्रीटमेंट दिसतेय.''
''आमचीच.''
''कोणते डॉक्टर?''
''देसाई.''
''एक्झॅक्टली काय म्हणतात?''
''डॉक्टर लोकांची जी नेहमीची ठरवलेली भाषा असते तेच म्हणतात. भ्यायचं कारण नाही...'' असं म्हणतानाच ती हसली.
ती अगदी मोकळं, स्वच्छ, हसत होती आणि मला ते हसणंच बघवत नव्हतं. इतकी ती निर्भय कशी हेच मला कळत नव्हतं. काही घडलं की माझा चेहरा पडतो आणि तो इतरांना सहज समजतो. आत्ताही तसं झालं असावं. माझा चेहरा न्याहाळीत ती म्हणाली,
''अविनाश म्हणतात ते अगदी खरं आहे. तुम्ही पटकन् नर्व्हस् होता; आणि ते लपून राहत नाही. माणसानं असं राहू नये. माझ्याकडे पहा, मी कशी आहे!''

''मला तुमचंच फार कौतुक वाटतं. हे तुम्हाला कसं साधतं?''

''काय?''

''स्पष्ट विचारू?''

''बेलाशक.''

''तुम्हाला कॅन्सर झालाय् ह्याची तुम्हाला भीती नाही वाटली कधी?''

''कधीच नाही; कारण मला मृत्यूची कधीच धास्ती वाटत नाही.''

''कसं पण...''

मला मधेच थांबवीत ती म्हणाली, ''शक्य झालं...असंच ना? त्याचं कारण एकच की माझी जीवनावर अतिशय श्रद्धा आहे. मला जगायची अपार हौस आहे.''

''तुम्ही कोड्यात बोलताहात.''

मंजू एकाएकी गंभीर झाली. ती फार मोठ्या विचारात पडल्यासारखी झाली. तिच्या काळ्याभोर डोळ्यांत निराळी चमक दिसायला लागली. तिचं सरळ नाक जास्त धारदार वाटू लागलं. मूळचे पातळ ओठ तिनं एकमेकांवर घट्ट दाबून धरल्यानं जास्त लाल झाले. तिच्या गोऱ्या गोऱ्या चेहऱ्यावर क्षणभर तेज आल्यासारखं वाटलं. काही क्षण असेच फुलल्यासारखे गेले. नंतर ती तिच्या नेहमीच्या वृत्तीला आली. क्षणमात्र का होईना, एखाद्या तपस्विनीनं समाधी लावल्यासारखं मला वाटलं.

''मी कोड्यात बोलले असं का म्हणता तुम्ही?''

''मग काय म्हणू? ... जीवनावर, जगण्यावर भक्ती असणाऱ्या माणसाला मृत्यूची भीती नाही हे कसं शक्य आहे?''

''शक्य आहे. जो जीवन समजून घेत घेत जगलाय्, त्याला जीवनाइतकाच मृत्यु लोभस वाटतो. माझ्यापुरतं मला जीवन समजलंय् असं नक्की वाटतं. आत्तापर्यंत जीवनात जे जे क्षण आले ते मी पारखत पारखत स्वीकारीत होते. त्यामुळे जीवनातला प्रत्येक क्षण मी मनापासून जगले आहे. एवढ्या वर्षांच्या माझ्या ह्या भूतकाळात पश्चात्तापाचा एक क्षण नाही. म्हणूनच मी ही अशी निर्भय आहे.''

''तुम्ही निर्भय आहांत ह्यात वाद नाही.''

''ही निर्भयता मिळवायची असते. माणूस जन्मभर सुखामागं, ऐश्वर्यामागं धाव धाव धावतो; पण ह्या धडपडीत तो सुखी नसतो; आणि धडपड यशस्वी ठरून, हवी ती वस्तू मिळाल्यावरही तो सुखी नसतो. ह्याचं कारण तो निर्भयता शिकत नाही. नेहमी माणसाला कशाची ना कशाची सातत्यानं धास्ती वाटत राहाते. मी आधी स्वत: निर्भय व्हायला शिकले. निर्भयता शिकल्यावर मी आपोआप आनंदी झाले, सुखी झाले. माझी अशी वृत्ती नसती तर, तुमची माझी

ओळखच नसती झाली. फर्स्ट क्लासच्या डब्यात एका अनोळखी पुरुषाबरोबर प्रवास करायचा, हे मला एरव्ही साधलं नसतं आणि म्हणूनच आपल्यातला अनोळखीपणा दूर केल्यावर भीती कुठं राहिली?''

''किती लाखातलं बोललात!'' — मी भारावून म्हणालो. मला वाटू लागलं, हिनं बोलत राहावं. मी मधे अडथळा आणू नये. आता मला ती समजणार आहे. मी तिच्याकडे पराजय कबूल केलेल्या नजरेनं पाहिलं. ती पुढं म्हणाली, ''तुम्हाला कल्पना यावी म्हणून उदाहरण दिलं. हीच बाब आजवरच्या प्रत्येक गोष्टीत होत गेली आणि म्हणूनच जीवनातली प्रत्येक गोष्ट मला नव्यानं समजली. माणसं, बायका, मुलं, मुली, झाडं, नद्या, डोंगर, समुद्र, आकाश, निसर्ग...सगळी सगळी माझ्या नजरेतून पार बदलली. आकाशाकडे सगळेच पहातात. पण त्रयस्थासारखे पाहतात; म्हणून जरा आकाश भरून आलं, विजेचा लोळ कोसळताना दिसला, की माणसं पळतात. आकाशाकडे पाहायचं ते आकाश होऊन पहावं. म्हणजे ते जवळचं वाटतं. 'विराट' ह्या शब्दाचा अर्थ तेव्हा समजतो. 'अमर्याद' शब्द पारखायचा असेल तर, समुद्र पहावा. 'विविधता' शब्द समजून घ्यायचा असेल तर 'माणूस' पहावा. पण तोही कसा...तर आतून आतून पहावा. मग माणसांची भीती उरत नाही. अगदी हलकटातला हलकट माणूसदेखील मला तो 'हलकट' म्हणून आवडतो. जीवनावर, जगावर, जगण्यावर, असं प्रेम केलं म्हणजे सगळं निर्भय होतं. उपमा द्यावयाची झाली तर मी विजेचीच उपमा देईन. पृथ्वीची ओढ निर्माण झाली रे झाली, की ती आकाशाचा त्याग करते. पृथ्वीवर दगड होऊन पडते; पण पडण्यापासून स्वत:ला सावरत नाही आणि तेजाचाही त्याग करीत नाही. प्रेम करताना माणसानंही असं तुटून प्रेम करावं. डोळे गेले तरी चालेल, पण नजर शाबूत हवी. स्वर नाही सापडला तर नाही, पण 'नाद' विसरणार नाही. पाय थकले तरी बेहत्तर, पण 'गती'ची ओढ टिकवून धरीन... ही भूक कायम असली की झालं. माझ्या आयुष्यात मी एवढंच सांभाळलं. माझी भूक मी नेहमी जिवंत ठेवली आणि निर्भयतेनं ती पुरी करीत राहिले. अशी मी प्रत्येक क्षण वेडीपिशी होत जगले म्हणूनच मला मृत्यूची...''

— पुन्हा ती तिथंच आली. माझ्या अंगावर थरारून काटा आला; अभावितपणे तिचा हात पकडीत, घट्ट दाबीत मी म्हणालो,

''नको, तेवढाच विषय नको. तुम्ही अशाच बोलत रहा. मी ऐकत राहातो.''

''एवढे तुम्ही भिता का पण मृत्यूला?''

''जगण्यावर एवढी भक्ती असून तुम्ही का नाही भीत?''

''कारण, माझी परमेश्वरावर अपार भक्ती आहे. त्यानं निर्माण केलेली सृष्टी पहा.

तिथं सगळं अमाप आहे, विराट आहे, प्रचंड आहे. इथं लहान काही नाहीच. एक माणूस पहा. केवढी विराट निर्मिती माणूस म्हणजे! पर्वतराशी जेवढ्या प्रचंड, समुद्र जेवढा अमर्याद वनश्री जेवढी गूढ, तसाच माणूस...प्रत्येक माणूस...प्रचंड, अमर्याद आणि गूढही. माणसाला बहाल केलेली पंचेंद्रियं हीच ह्याची साक्ष. नजरेची दुनिया, नादाची दुनिया आणि स्पर्शाची दुनिया...सगळं विराट. आणि म्हणूनच नेहमी वाटतं की, ज्या परमेश्वरानं जीवन एवढं विराट केलं, तो त्या विराट जीवनाचा शेवट, जीवनापेक्षा लहान असलेल्या गोष्टीनं करणार नाही.''

''म्हणजे माझी श्रद्धा आहे, की परमेश्वरानं निर्माण केलेला मृत्यु हा जीवनापेक्षा विराट आहे. जीवनापेक्षा लोभस असणार. म्हणूनच आता जी ओढ वाटत आहे ती त्या विराट शक्तीची. धाव आहे ती त्या अज्ञात स्थलाकडे. ह्या औषधाच्या बाटल्या आणल्या तशाच आहेत. मला संजीवनी देण्याचं सामर्थ्य औषधात नाहीच. संजीवनीची गरज कुणाला? ज्यांना मृत्यूचं भय आहे त्यांना! जगायचं कसं हेदेखील न समजून जगण्याची इच्छा करणाऱ्यांना! मला नाही गरज.''

''म्हणजे तुम्ही काय करणार आहात?''

''ज्या दिवशी वाटेल की, कॅन्सरच्या वेदना नाही सहन करायच्या, अविनाशना आपल्याबरोबर दु:ख सहन करायला नाही लावायचं, त्या क्षणी जीवनातल्या आठवणींचा मोहोर बरोबर घेऊन, त्या महान् प्रांताकडे वाटचाल करणार.''

''म्हणजे तुम्ही आत्महत्त्या करणार?''

''आभाळाची साथ सोडून पृथ्वीकडे धाव घेणारी वीज आत्महत्त्या करते का?''

घरी परतलो तो बेभान अवस्थेत! तिच्या बोलण्याची, विचारांची नशा चढली. संवेदनशक्ती बधिर झाली. खूप खूप... कसला तरी अनामिक थकवा आला. मनावरचं दडपण कमी झाल्यावर पुन्हा मंजिरीला भेटण्याची अनावर इच्छा झाली. मी भेटायला गेलो पण ती भेटली नाही. त्यानंतर चार-पाच चकरा निरनिराळ्या वेळी मारल्या आणि कुलपाचं दर्शन घेऊन परतलो. अविनाशबरोबर तीही बाहेरगावी गेल्याचं मग शेजारच्या लोकांकडून समजलं.

अविनाश त्यानंतर अचानक चार-पाच महिन्यांनी भेटले. अगदी अकल्पितपणे. कॉफी हाऊसमध्ये मी गेलो आणि पाहतो तो समोरच्याच कोपऱ्यातल्या टेबलापाशी अविनाश!

मी जवळजवळ धावतच गेलो.

''केव्हा आलात?''

''तीन-चार दिवस झाले.''

–लगेच मंजिरीची चौकशी करणं बरं दिसणार नाही म्हणून उगीचच अवांतर प्रश्न विचारले आणि मग विचारलं,
"बऱ्या आहेत मिसेस्?"
"मंजू ना?...मंजू गेली!"
"गेल्या?...कधी? कशा?" ...मी भान हरपून विचारीत राहिलो.
"आजच महिना झाला, आम्ही तेव्हा सिमल्याला होतो."
"कशा गेल्या पण?"...मी कापत विचारलं.
"ज्या तऱ्हेनं जाणार असं तिनं तुम्हाला सांगितलं होतं, त्याच तऱ्हेनं गेली. हसतमुखानं, बोलत बोलत, हास्यविनोद करीत, उत्कट क्षणी ती गेली. माझ्यासमोर! ...मला सांगून!..."
"आणि...तुम्ही...तुम्ही तिला जाऊ दिलंत?"
"होय. जाऊ दिलं! तिच्या त्या महानिर्वाणाला माझ्याकडून कमीपणा मी येऊ दिला नाही."
—मी सुन्न झालो. मस्तकात घण पडायला लागले. अविनाशसमोर डोळ्यांतून पाणी काढायचं नाही, असं मनाला बजावलं. समोर अविनाश नव्हतेच. खरं म्हणजे, विराट विराट म्हणून मंजू म्हणायची...असं कोणीतरी समोर होतं. मी शरण होतो त्याला. स्वत:शीच मी पुटपुटलो.
"तुम्ही महान् आहात."
अविनाश स्वत:शीच म्हणल्यासारखं, पण मला उद्देशून म्हणाले,
"महान मंजू होती. विराट होती. कल्पना करा तुम्ही, सूर्योदय पाहिल्याखेरीज जिचा दिवस उगवला नाही, पहाटेच्या दंवबिंदूंना स्पर्श केल्याशिवाय जिचा दिवस फुलला नाही, संगीताच्या स्वरांनी बेभान झाल्याशिवाय जिला झोप आली नाही, अशी तुटून जीवन जगणारी मंजिरी...जेव्हा तिनं ठरवलं की जायचं...तेव्हा ती लवमात्र विचलित झाली नाही. उदबत्त्यांच्या वासाने खोली न्हाऊन निघाली होती, सनईचे स्वर वातावरण ढवळून काढत होते, सबंध रात्र आम्ही गप्पा मारण्यात, चांगल्या चांगल्या आठवणींचे ताटवे फुलवण्यात घालवली होती. उगवत्या बिंबाचं दर्शन घेत, मंजूनं आपल्या हातानं त्या दोन गोळ्या घेतल्या. तिचा हात कापला नाही, थांबला नाही, घोटाळला नाही आणि माझ्या बाहुपाशात शेवटचा प्रवास सुरू झाला तरी, ओठांची व स्मिताची फारकत झाली नाही. केवढं धैर्य! केवढी निष्ठा! केवढी श्रद्धा! ...विराट! विराट! आणि आता काय किंवा तेव्हा काय, मी तिच्यापेक्षा लहान व्हायला हवं होतं?...तिच्यापेक्षा लहान?...तिच्यापेक्षा?..."

वलय

— बुद्धिबळातला राजा खरा असतो का?
— परीकथेतल्या पऱ्या खऱ्या असतात का?
— नाटकातली पात्रं खरी असतात का?

हो...हे सगळं खरं असतं ! ह्यातलं काहीही खोटं नसतं. वजीर इरेत पडू दे आणि घोडा अडीच घरांचा हिशोब दाखवीत समोर येऊ दे. पहा, काय वाटतं!...आपले इवलेसे पंख हलवीत, फुलपाखराचं वजन धारण करीत, परी फुलातून बाहेर येऊ दे, आणि मग एवढ्याशा मुलांच्या डोळ्यातील बाहुली पहा, परीशी बोलायला धावते का नाही!...

...फूटलाईटचा झगझगीत प्रकाश डोळ्यांवर पडू दे, मखमली पडद्याचा स्पर्श आठवू दे, धुपाचा वास आसमंतात दरवळू दे, समोर प्रेक्षक दिसत नाहीत, आपलं नाव आठवत नाही, नातंगोतं स्मरत नाही, खाजगी जीवन स्वप्नातलं वाटतं—जेव्हा स्वप्न फूटलाईट्‌समधून बाहेर येऊन अंगावर झेपावतं!

...आणि मग,

त्या अलौकिक दुनियेतले हर्षखेद तुमचे होतात. भावना, प्रेम, प्रीती, प्रेयसी...ह्या नात्यांभोवती, भावनेभोवती अदृश्य कलाबतूंची घातलेली वीण जाणवू लागते. ती वीण प्रथम समजत नाही. काय आहे हेच कळत नाही. हे सगळं का? ह्याचा उलगडा होत नाही. सगळं खोटं वाटतं, फसवं वाटत!

...मी माझे हर्षखेद विसरायचे, व्यक्तिमत्व विसरायचं आणि एका मानलेल्या काल्पनिक व्यक्तिचित्राला माझा देह द्यायचा...हो, फक्त देहच द्यायचा. अंगात मुरलेल्या लकबी, काही अटळ सवयी ह्यांचा त्याग करून दिग्दर्शकानं लावलेल्या चाळणीतून फक्त देह गाळायचा आणि मग त्या ब्रह्मदेवानं म्हणायचं—

...'तू आता मिनिस्टरचा मुलगा आहेस. तू तसा हो. छे, छे, हातवारे असे नाही

करून चालणार. चालणं पण तुला बदलायला हवं. आज आता एकदम नाही जमणार. पण सांगतोय तेवढं लक्षात ठेवायचं. जमेल तेवढं उचलण्याचा प्रयत्न करायचा. ह्या दाखवलेल्या जागा विसरायच्या नाहीत...'

...आणि मग, ह्या सूचनांची सावट जीवनावर पडते, दैनंदिन हालचालींवर राहाते. जाता-येता वाटत राहतं, 'मी बोलतोय् हे बरोबर आहे का?...माझं चालणं मला बदलायचं आहे, बोलता बोलता मान उजवीकडे वळवण्याची लकब आहे, ती मला विसरायची आहे...मी मिनिस्टरचा मुलगा आहे. माझं एका सुंदर, सुशिक्षित पदवीधर मुलीवर प्रेम आहे. तिचा माझा वाङ्‌निश्चय होणार आहे. मला निसर्गाचं वेड आहे, समुद्राच्या अथांगतेचं कुतूहल आहे. आभाळातल्या नक्षत्रांशी मला बोलायचं आहे. पोटात आनंद मावेनासा झाला म्हणजे, मला समुद्रकाठच्या डोंगरा-डोंगरातून, कुरणा-कुरणांतून खूप भटकायचं आहे. मग माझी प्रेयसी मला म्हणणार आहे—

"तुमच्याशी लग्न करायचं म्हणजे धोक्याचंच काम आहे."

त्यावर मी विचारणार आहे,

"ते कसं काय बुवा?"

त्यावर ती म्हणणार आहे--

...पण नाहीच - ह्याच्यापुढं गाडी जातच नाही. दिग्दर्शक म्हणतात,

"घ्या ते वाक्य पुन्हा !...म्हणा –'तुमच्याशी लग्न करायचं म्हणजे धोक्याचंच काम आहे."—परवा सांगितलं तसं म्हणा. त्याचं काय आहे, तुमचं त्याच्याकडे पूर्ण लक्ष आहे, पण तसं दाखवायचं नाही. त्याच्याकडे तुम्ही ेगॅ पाहूदेखील नका. तिरक्या पहा. तुम्ही त्याच्याकडे बघितलंत हे प्रेक्षकांना समजू दे; पण त्याला कळून देऊ नका....'

...ते वाक्य परत घेतलं जातं. 'करेक्ट' म्हणून दिग्दर्शक ओरडतात. आम्हाला मध्येच हसायला येतं.

"मधे हसू नका, वेळ जातोय्...कंटिन्यू."

..."ते कसं काय?"–मी पुढचं वाक्य घेतो.

पण नाहीच! मी बघितलेलं असतं बरोबर, पण पाऊल चुकीचं पडतं. दिग्दर्शकांना कंटाळा नाही. साठी उलटून गेलेला तो गृहस्थ माझ्यापेक्षा जवान होतो. तो भूमिकेत शिरतो. आरपार शिरतो. त्याचा देह हा त्याचा देहच राहात नाही. तो आता स्वत:च मिनिस्टरचा मुलगा झालाय!...

...आणि हीच काही और किमया आहे. तो माझी प्रेयसी पण व्हायचं म्हणतो, आणि लगेच तो प्रेयसी होतोदेखील! त्याचा आवाज बदलतो, नजरेत प्रेयसीची स्निग्धता येते, चाल मंदावते, ओठांची टेवण बदलते! सगळंच बदलतं आणि

हे सारं अवघ्या एका क्षणात! -

त्याचं बदलतं स्वरूप आपल्याला आकलन व्हायच्या आतच, तो पुन्हा आपल्या देहात जातो आणि म्हणतो,

''घ्या पुन्हा ते वाक्य!''

...आपण स्तंभित होतो. क्षणकाल वाटतं, हे आपलं काम नव्हे. आपण कसले मिनिस्टरचे लेक?...आपण आपले आहोत तेच! आपण नाटकं पहावीत, टीका करावी, नावं ठेवावीत. ते किती सोपं आहे! तिथं कुठे परकायाप्रवेशाचा संबंध येतो? तिथं कोण म्हणायला येणार आहे, की तू मिनिस्टरच्या मुलासारखी टीका कर...

वाटतं, पळून जावं इथून!

...आकाशातले ढग निरनिराळा आकार धारण करतात, नानाविध रंग नेसतात; पण त्यांच्यातला ढग नाहीसा होत नाही. तसा हा दिग्दर्शक!...ढगासारखा भव्य! प्रेयसी बनतो, प्रेयसीची आई बनतो, बापदेखील होतो! ते सगळं खरं वाटायला लावतो आणि तरीही त्याचा 'तो' निराळा राहातो तो राहतोच. हे सगळं करून त्याचा तो 'स्वत:' कधी होतो हेदेखील कळत नाही.

छे, पळावं इथून!

पण, आपल्याला नसलेला 'कॉन्फिडन्स' त्याला असतो. तो उमेदीनं म्हणतो,

''घ्या पुन्हा ते वाक्य.''

सांध्यापाशी अडकलेली गाडी पुढं सरकते!

''मला जमेल का हो एवढं काम?'' ललिता मला विचारते.

''हो हो, त्यात काय एवढं अवघड? तुम्ही पटकन् पिक्अप् करता. मला माझीच धास्ती वाटते. माझ्यामुळं तुमचं काम खराब होईल की काय, ह्याची भीती वाटते मला.''– मी मनमोकळं सांगतो.

''छे, काहीतरी नका सांगू.''

''काहीतरी नाही. मी मनापासून सांगतोय.''

...तालमी संपल्या की ही प्रश्नोत्तरं ठरलेलीच. मग एकदम आठवण झाल्याप्रमाणे ललिता म्हणते,

''मघाचाच जोक सांगा.''

''कोणता?'' – मी अज्ञान पांघरून विचारतो.

''मी काम करीत होते तेव्हा तुम्ही आणि प्रभाकर मोठ्यांदा हसलात.''

''छे, छे, तुम्हाला तो जोक सांगण्यासारखा नाही. तुम्हाला जर तो समजला तर, तुम्ही आठ दिवस नुसत्या हसतच राहाल!''

...ललिता खरोखरच तशी! जेमतेम विशी ओलांडलेली ललिता! अजून

कवचाबाहेर पडलेली नाही. तिचं बालिशपण अजून संपलेलं नाही. तिला सगळं जग चांगलं वाटतं. सगळीकडे सात्त्विकता दिसते. ती निष्पाप आहे, निरागस आहे, मोगरीच्या फुलासारखी सतेज आहे. आणि असं वाटतं, हिची तर कुणीही जाता जाता फसवणूक करील. हिला कुणीतरी जपायला हवं. व्यवहारी जगातल्या दुष्ट आडाख्यांपासून हिचं रक्षण करायला हवं!

...अर्थात् हे सर्व भाव, ही निरागसता, दिग्दर्शकांना पहिल्या नजरेतच जाणवली, म्हणून तर तिची निवड बिनबोभाट झाली. तिची व माझी ओळख झाली तेव्हा मी जर कशानं भारावून गेलो असेन, तर ती निरागसता पाहूनच! बांधा, सौंदर्य, सौष्ठव – ह्या गोष्टी तर मोहक होत्याच...

पण ह्या सर्व गोष्टींना गोडवा प्राप्त होतो तो स्वभाव, बोलणं-चालणं, लाघवीपणा...ह्यांमुळेच!

...आपल्या डौलात, वळसे घालून, स्वत:च्या जगात दंग असलेली पिवळी धमक नागीण काय सुंदर नसते?...तलवारीच्या लखलखत्या पात्यावरची चमक काय मोहक नसते?

...पण तशीच 'चमक' बर्फाच्या खड्यावरही नाही का सापडत?

— आणि खरं पाहू जाता, मनाचं सौंदर्य शाबूत असलं म्हणजे बाह्य जगात सौंदर्याचा साक्षात्कार कुठं घडत नाही? कागदावर लिहिता लिहिता पेनचं निब् चमकतं, तिथंच नजर खिळते. रात्री पाणी पिताना डोक्यावरच्या दिव्याचं प्रतिबिंब पाण्यात पडतं आणि वाटतं, हेही बेटं पाण्याबरोबर पोटात जाईल...

— प्रतिबिंब! ...प्रतिबिंबावरूनच आठवण झाली. ललितेला मी पहिल्यांदा पाहिलं प्रतिबिंबातच. हो नक्कीच!...

— दिग्दर्शकाच्या घरीच प्रथम काही दिवस तालमी चालायच्या. मला उशीर व्हायचा. ललिता अगोदर आलेली असायची. मी तिच्या शेजारी बसायचो. आणि मान वळवून मुद्दाम बघणं अवघड जायचं. त्या वेळी समोरची सरकत्या काचेची 'शोकेस' मदतीला धावून आली. आतली प्लॅस्टिकची खेळणी, औषधांच्या बाटल्या, एक 'टी-सेट', इत्यादी गोष्टी बघत असतानाच काचेवर ललितेचं अस्पष्ट, धूसर प्रतिबिंब पडलंय ह्याचा शोध लागला. आणि मग त्याचाच छंद जडला! मी तिला मनसोक्त पाहू लागलो.

— तिच्या मोहक चेहऱ्यावरील प्रत्येक आकर्षक हालचाल, मुद्राभिनय, डोळ्यातली चमक, स्फटिकवत् दंतपंक्तींचं अधुनमधून होणारं दर्शन, जिवणीतला निश्चयीपणा, गालावरील लाघव, ह्या सर्व गोष्टींचं अवलोकन माझ्या अनिवार्य सौख्याच्या ठेवी होऊ लागल्या!...

— आणि तिथं ...तिथं त्या प्रतिबिंबातच मला तिची निरागसता जाणवली.

अगदी हृदयाला भिडली! वाटून गेलं, छे, खरं नाही. ही फसवणूक आहे. लबाडी आहे, लूटमार आहे!...

— ह्या नव्या जाणिवेनं मन शरमलं. मी मग बसण्याची जागा बदलली. तिच्यासमोरच बसायला लागलो. तिच्याकडे सरळ पाहू लागलो आणि तेव्हा आणखीन एका गोष्टीची जाणीव झाली!–

—'प्रतिबिंब' हे नेहमीच काही प्रामाणिक नसतं! ...तसं असतं तर, ललितेमधल्या सगळ्या गोष्टी त्यानं माझ्यापर्यंत पोहोचवल्या असत्या!...

—पुष्कळशा गोष्टी प्रतिबिंबानं स्वत:जवळच ठेवल्या असाव्यात, किंवा ललितेच्या सगळ्या गोष्टी सामावून घेताना त्याचीच शक्ती अपुरी पडली असणार!...

एक फायदा मात्र झाला होता ललितेच्या प्रतिबिंबाच्या काही दिवसांच्या अवलोकनानं ती मला नवखी वाटेना, जवळची वाटू लागली!

आणि मग अनेकदा नजरानजर होऊ लागली. ललितेची नजर मला धीट वाटली. तिच्या मंदस्मितात मला मैत्रीचा विश्वास दिसू लागला!

...मला भीती वाटते ती स्त्रीच्या पहिल्या हास्याची, नजरेची! कारण त्या दोन्ही गोष्टींत – त्या समोरच्या व्यक्तीला ओळखतात हे कळून येतं! पण त्याहीपेक्षा, मला भीती वाटते ती माझ्या, स्वत:च्या नजरेची! प्रतिबिंबं प्रामाणिक नसतात केव्हा केव्हा! त्याप्रमाणे आपली नजरदेखील प्रामाणिक नसते. आपल्यालाही नकळत, एखादी अभिलाषेची छटा, सूक्ष्म वासनेचा एखादा तरंग, हां-हां म्हणता नजरेत डोकावतो आणि स्त्रीचं पहिलं हास्य...पहिली नजर लोहचुंबकानं लोखंडाचे कण खेचून घ्यावेत, त्याप्रमाणं ह्या गोष्टी खेचून घेतात. आणि मग त्याच क्षणी...त्याच क्षणी आपल्यातलं अंतर किती ठेवायचं ह्याचं 'गणित' त्यांच्याजवळ मांडलं जातं आणि मग त्या आत्मविश्वासानं दिलखुलास हसतात तरी किंवा —'राखून'...

— पण ललितेच्या बाबतीत त्यातलं काही घडलं नाही!

— ललितेबद्दल मला 'तसं' काहीच वाटलं नव्हतं...

— मला ती आवडली, पण त्या आवडण्याला 'वासनेचं बांडगूळ' नव्हतं. तिची मला एरव्हीदेखील आठवण येत होती; पण त्या आठवणीला 'अभिलाषेचं' ठिगळ नव्हतं. तिच्याबद्दल मला ओढा वाटू लागला; पण त्याला 'विकाराचं शेवाळं' नव्हतं !...

— आणि मग सगळीच 'निर्भयता' वाटू लागली. मोकळेपणा वाटू लागला, नाटकातले 'शृंगाराचे' — प्रेमाचे संवाद बोलताना काही वाटेनासं झालं. त्या संवादांवर माफक प्रमाणात विनोदही सुरू झाले. त्यात दिग्दर्शकदेखील भाग

घ्यायचे. नाटकातलं एक ललितेचं वाक्य.

"तुम्हाला मी नकार देणं कसं शक्य होतं?"

— पण छे! ह्या वाक्याला हवं ते टोनिंग येईना. पाहिजे तेवढा 'पॉज्' जमेना. सुमारे पंचवीस-तीस वेळा पुनरुक्ती झाली. पण छे! नजरेत भाव येईनात, स्वरात मार्दव येईना. शेवटी दिग्दर्शकांनी विचारलं,

"तुम्हाला ह्यांच्यावर प्रेम केल्याचा पश्चात्ताप होतोय् का?"

"छे, छे!" ललिता गडबडीनं म्हणाली.

"मग नीट बोला ना!"

— एक ना दोन! अनेक किस्से! गमतीचे! मन स्फटिकवत् स्वच्छ असल्यानं कोणत्याच चेष्टेनं, प्रसंगानं मन विचलित होत नव्हतं!...कावरंबावरं होत नव्हतं.

— आणि हा आनंद फार मोठा होता. निर्लेप होता. मग वाटून गेलं, वासनेशिवाय प्रेम...ह्याचा अनुभव प्रत्येक माणसाला उभ्या आयुष्यात एकदा तरी यावाच. ती एक अमोघ शक्ती आहे. आणि म्हणूनच बायकोनं जेव्हा विचारलं, "ललिता कशी आहे?" – तेव्हा मी बिनदिक्कतपणे म्हणालो, "फारच छान आहे!" एरव्ही ह्या तिच्या प्रश्नाचा व्यवस्थित 'वास' घेऊन मग आखडूप्रमाणं (*जाणून*) म्हणालो असतो.

"ठीक आहे. जेवढं ऐकलं होतं तेवढी काही नाही."

—तालमीचा रंग रोजच वाढत्या प्रमाणात होता. नाटककाराला काय म्हणायचं आहे, दिग्दर्शकाला काय हवं आहे, या दोन्हींची जाणीव हळूहळू, यथाशक्ती अंगात भिनत होती; आणि मग सगळ्या गोष्टी अंगवळणी पडू लागल्या. नेमक्या ठिकाणी नेमकी वाक्यं येऊ लागलो. सुस्कारे, हुंकार, नजरेची फेक, पावलांच्या हालचाली...यंत्रवत् होऊ लागल्या. हर्षखेदादी भाव चेहऱ्यावर उतरू लागले. आणि मग ललितेनं म्हणावं,

"आता आता जरा 'कॉन्फिडन्स' वाटतो नाही?"

"पाठांतर चांगलं असलं की, कॉन्फिडन्स वाटतोच!"

"नाही हो, केव्हा केव्हा अजून पंचाईत होते."

ललितेचं वाक्य संपतं न संपतं तेवढ्यात मी हसलो.

"का हसलात?"

"मघाशी अप्पांचं वाक्य ऐकलंत?"

"केव्हा?"

"तालमी चालू होत्या तेव्हा."

"नाही."

'कंटाळवाणा चरित्रक्रम' म्हणायच्याऐवजी ते म्हणाले, 'चंटाळवाणा करित्रक्रम.'
—ललिता ह्यावर किती तरी वेळ हसत राहिली.
"तुम्ही एवढा वेळ कशा हो हसता क्षुल्लक विनोदावर?"
तिनं ह्याचं उत्तर दिलं नाही. काही वेळ तसाच गेला. मग तिनं एकाएकी विचारलं,
"वर वर खूप हसणारी, पण अंतर्यामी अतिशय दु:खी असलेली माणसं तुम्ही पाहिली आहेत का हो कधी?"
"का?"
"माझं स्वत:चं जीवन तसं आहे."
— एवढंच बोलून ललिता थांबली. तिच्या एकंदर आविर्भावावरून मी ओळखलं, की तोंडातून अभावितपणे गेलेल्या वाक्यावर ती विचार करीत आहे आणि त्याच वेळेला ह्यापुढं काहीच बोलायचं नाही, ह्याही निश्चयात ती पडली आहे.
— माझ्या मनात ते वाक्य घर करून राहिलं. मी तो विषय मात्र वाढवला नाही.
एक-दोन दिवसांनंतर ललिता म्हणाली, 'कोणतंही यश मला आजवर पूर्णत्वानं मिळालेलं नाही. कष्ट करायचे, झगडा द्यायचा. पण विजयाचं, तृप्तीचं संपूर्ण माप कधीच पदरात पडलं नाही.
— मी गप्पच होतो.
"गप्प का?" तिनं विचारलं.
"तुमच्या अर्ध्या बोलण्यातून काही अर्थ कळत नाही, मग काय बोलणार?"
"खरंच, मनातल्या सगळ्या गोष्टी माणूस प्रच्छन्नपणे बोलू शकला, तर मनुष्यप्राणी किती सुखी होईल, नाही?"– ललितेनं म्हटलं.
मी म्हणालो,
"कुणी सांगावं? कदाचित् दु:खीसुद्धा होईल."
— ललिता त्यावर काही बोलली नाही. तेव्हाही नाही आणि पुढंही केव्हा नाही. स्वत:भोवतीचं ते गूढ वलय तिला तसंच अभेद्य ठेवावंसं वाटत होतं.
— आणि मला वाटतं, प्रत्येक माणूस वाढतो, जगतो, खातो, पितो – ते ह्या तऱ्हेच्या गूढ वलयातच!... अगदी जवळची-जवळची म्हणवणारी माणसंदेखील ते वलय भेदून आतपर्यंत पोहोचत नाहीत!
— नट आणि प्रेक्षक ह्यांच्यामध्ये मेकअपचंदेखील वलयच नसतं का?-
ते वलय म्हणजे तर, आम्ही व्यक्तिमत्व समजत नाही ना?
असेल, असेल.

कुणाच्या व्यक्तिमत्वाचं वलय गूढ, कुणाचं विनोदी, कुणाचं
प्रौढ...वलयामागचा माणूस असतो दूर, कुठं तरी लांबवर...
— दिग्दर्शक तरी निराळं काय करतो?—वलयच निर्माण करतो स्टेजवर!
माझं वलय मिनिस्टरच्या मुलाचं! ललितेचं वलय माझ्या प्रेयसीचं !

'येणार' 'येणार' - म्हणताना प्रयोगाचा दिवस उजाडला. सकाळपासून मन एका अज्ञात हुरहुरीनं भरून आलं होतं.

प्रयोग रंगला. एका अद्भुत, अवर्णनीय सोहळ्याची नोंद जीवनपटलावर खोलवर झाली. भविष्यकाळात काहीतरी सांगण्यासारखं निर्माण झालं. कुणी चांगलं म्हटलं, कित्येकांनी वाईट म्हटलं; पण आता त्या अनुकूल, प्रतिकूल टीकांनी बावरावं असं राहिलं नव्हतं. ज्या अलौकिक सोहळ्याचा मी कैफ लुटला होता तेवढा मला पुरेसा होता! तो अगदी माझ्या एकट्याचा होता. त्यात भागीदार नव्हते. माझ्याभोवतीचं वलय फोडून अगदी माझ्यापर्यंत पोहोचेल असं काहीतरी निर्माण झालं होतं! — ललितेचा आणि माझा निर्व्याज, निरपेक्ष स्नेह जसा वलय भेदून माझ्यापर्यंत आला, तसाच तो 'कैफही!'

बुद्धिबळातला राजा खरा होता. परीकथेतली परी जिवंत होती. माझं खाजगी जीवन जेवढं खरं होतं, तितकंच खरं जीवन फूटलाईट्स्च्या प्रकाशातलंदेखील होतं!

पण...!

— कैफाला जाग असते.

फुलाला एक दिवस निर्माल्य व्हायचं असतं! प्रकाशाला अंधाराचा शाप असतो! चंद्राच्या आयुष्यात एक दिवस अमावस्येचा असतो...

ओळीनं पाच प्रयोग झाल्यावर ललितेनं नाटकात काम करण्याचं नाकारलं! कारण कुणालाही समजलं नाही. तिचं व तिच्या नातेवाइकांचं मन वळवण्याचा प्रयत्न आटोकाट करण्यात आला; पण यश आलं नाही. स्वत: ललितेला काय वाटत होतं हेही समजलं नाही. सर्वांनी विचारून पाहिलं. विचारलं नाही फक्त मी!-मला तिचं वाक्य राहून राहून आठवत होतं— 'मनातल्या सगळ्या गोष्टी माणूस प्रच्छन्नपणे बोलू शकला तर किती सुखी होईल?' ...पण, ललितेच्या बोलण्यापेक्षा मला माझ्या उत्तराचीच जास्त धास्ती वाटली होती. मी म्हणालो होतो, 'कुणी सांगावं...एखादे वेळेस दु:खीदेखील होईल!'

—मी ललितेला प्रश्न विचारायचा आणि त्याचं उत्तर देण्याचं तिनं नाकारायचं किंवा माझं समाधान न होईल असं काहीतरी सांगायचं, ह्याच्या यातना अनंत

झाल्या असत्या. त्यापेक्षा म्हटलं, गप्प बसावं. आपण प्रश्नच विचारला नव्हता, हे केवढं समाधान आहे!

—तिच्याभोवतीचं ते 'वलय' तिनं मला भेदू दिलं नसतं आणि तिच्या नकळत ते तसं भेदायला मलाही आवडलं नसतं!...

पुढल्या दहा प्रयोगांचे करार झाले होते. त्यांचे पैसेही आगाऊ हातात आलेले होते. कोणत्याही परिस्थितीत प्रयोग चालू ठेवायला हवेच होते आणि निर्माण झालेल्या समस्येवर एकच उत्तर होतं.

नवी नायिका उभी करणं. तीही चार-पाच दिवसांच्या कालावधीत!...

नवी नायिका मिळाली. तिनं चार दिवसांत नक्कल पाठ केली आणि आज, फक्त एका तालमीवर ती उभी रहायची होती.

— तोच रंगमंच, तीच मेक्‌अप्‌ची खोली, तेच आरसे, तीच दत्ताची तसबीर, त्याच पॅनकेकच्या डब्या, लिपस्टिक, यू डी कोलन्‌चा स्प्रे, त्या सगळ्यांच्या टाळक्यावर भगभगीत प्रकाश ओकणारे दिवे आणि निर्विकारपणे कपड्यांची जुळवाजुळव करणारा जगन्!

— नव्हती फक्त ललिता!—

कोणाचंही कोष्टक कुठंही चुकलं नव्हतं! कोणत्या तरी एका प्रयोगाला नेहमीचं टेबल मिळालं नव्हतं. त्या ठिकाणी दुसरं टेबल आणण्यात आलं.

— ललितेचीच पातळं नव्या नायिकेला देण्यात आली. प्रॉपर्टी मॅनेजर तेवढ्यात धावत आला.

'फोटो पर्समध्ये ठेवलाय बरं का. आणि ही छत्री!'

मला वाटलं, तिच्या पर्समध्ये ठेवलेला माझा फोटो एकदम ओरडला तर?...

— पण छे, निर्जीव वस्तू असा चमत्कार दाखवायला लागल्या...तर...तर ते मेक्‌अप्‌चं सामानच प्रथम ओरडलं नसतं का?

—मी स्वत:शीच हसलो. उगीचच रंगपटात लुडबुड करणाऱ्या एका आगंतुकानं मला म्हटलं, 'स्वारी खुषीत आहे आज!'

—मी माझ्या मूर्खपणाला हसत होतो आणि तो बावळट म्हणत होता – 'मी खुषीत आहे.' - मूर्खपणा नाही तर काय! — काहीतरी विचार करण्यात काय अर्थ होता? बिचारीनं रात्रंदिवस जागरणं करून नक्कल पाठ केली होती आणि फक्त एका तालमीवर, काही मामुली सूचनांवर ती भाबडी पोर नाटकाला उभी राहणार होती. तिचं धैर्य केवळ तिच्यापुरतं मर्यादित राहणार नसून सगळ्या संस्थेवरच तिनं त्या धैर्याची 'मंडपी' बांधली होती. तिचं मी कौतुक करून तिला अभिवादन करायचं की...!

मला माझी शरम वाटली. नुकताच आलेला गरम चहाचा कप घेऊन मी

तिच्याकडे गेलो आणि तिला तो कप देताना म्हणालो, 'Wish you best of luck today.'
कोणत्याही तऱ्हेनं मनावर दडपण, विषण्णता येऊन द्यायची नाही, असं वारंवार मनाला बजावूनसुद्धा, तिसरी घंटा घणघणल्यावर मनात हलकल्लोळ सुरू झाला. स्टेजवर धावत जावं आणि मोठ्यांद ओरडावं, 'बंद करा हे सारं' असं वाटू लागलं. पडदे ओढणाऱ्या झिल्यापासून ते दिग्दर्शकापर्यंत प्रत्येकाला जाब विचारावा, 'अरे, आपली ललिता नाही, नाटक कसलं करता?' — असं वाटू लागलं. हृदय गदगदून आलं, डोळ्यांतून आसवांची धार ओघळू लागली. हे सगळं उघडपणे व्यक्त करण्याचीही चोरी होती. तेवढ्यात धूप आणि खोबरं घेऊन यशवंत आला. खोबऱ्याचा लहानसा तुकडा मी प्रसाद म्हणून तोंडात टाकला व धुपावरून हात फिरवला. स्वत:ला सावरायला मला तेवढा अवधी पुरला.
—वाटलं, आपण ह्या धुपासारखं बनायला हवं. विस्तवावर कुणी का टाकेना, विस्तव अंगाला लागला की, सुगंध देण्याचं, वातावरणात उदात्तता निर्माण करण्याचं काम आपलं!
— मनाला किंचित् बरं वाटलं.
तेवढ्यात प्रभाकर जवळ आला. विंगमधल्या अपुऱ्या प्रकाशात माझा चेहरा न्याहाळण्याचा प्रयत्न करीत त्यानं उगीचच विचारलं,
"मेक-अप् ठीक आहे ना रे?"
— मी थंड हुंकार दिला.
"आज जोरदार होऊ दे." त्यानं मग निष्कारणच म्हटलं. मी मनात म्हणालो, "लेका, जोरदार म्हणजे काय रे?' '
— आणि तेवढ्यात त्यानं विचारलं,
"आज ललितेची आठवण येते की नाही?"
त्याचा निष्कारण सल्ला आठवीत मी, 'जोरदार' म्हणालो, "हंबग् ! तिची आठवण येण्याचं काय कारण?"
— प्रभाकर चमत्कारिक नजरेनं पाहात, त्याची व्यथा लपवीत माझ्यापासून दूर झाला.
'असा निगरगट्टपणा देवा मला दे रे'– अशा अर्थानं माझ्याकडे पाहात पाहात तो समोरच्या विंगकडे गेला.
— माझा अगदी जमत असलेला कंट्रोल प्रभाकरच्या त्या नजरेनं मातीत मिळाला. डोळ्यांसमोर असंख्य प्रश्नचिन्हं फेर धरून नाचू लागली.
...हे काय आहे?...हे खरं आहे?...हे असं का?...ही बेचैनी का?

— हे खोटं आहे. फसवं आहे. मुखवट्यांची दुनिया ही. आपण तिला कातडी मानली. बुद्धिबळातला राजा खरा धरून चाललो.
— एक लाकडाचा तुकडा इरेत पडला म्हणायचं. चौसष्ट चौकोनांत त्याचा नाच करायचा आणि मग विवंचना करायची?...
...आपण वैयक्तिक जिव्हाळा जोडायला गेलो. आपली तीच खरी वृत्ती! आपल्याला स्नेह हवा. दुसऱ्याच्या सुखदु:खाची जाणीव हवी...
— मनासारखं उत्तर समोरच्या व्यक्तीकडून मिळणार नाही, ह्या धास्तीपायी आपण न विचारलेल्या प्रश्नाच्या समाधानात गुंगणारी माणसं.
— आणि इथं आहे शुद्ध व्यवहार. भावना, माया, प्रेम, हे सर्व अभिनयाच्या वेष्टनाखाली विकायचं. समोर मग ललिताच कशाला हवी? - एखादा पुतळा पाहण्याची लोकांची तयारी असेल तर, तो पुतळा...हीच ललिता. कुणाला ह्याचं काही वाटणार नाही. कोणत्या तरी प्रयोगाला नेहमीचं टेबल नव्हतं मिळालं. काय अडलं?...
पडदा वर गेलाय. नाटक सुरू झालंय! नायिकेनं प्रवेश केलाय. ती न अडखळता वाक्यं बोलते आहे. अभिनयाच्या जागा घेते आहे. एक-दोन प्रयोगांनंतर ती लोकांना ललितेची आठवण होऊ देणार नाही.
पण मी...
आपल्या घरातलं शेवटचं शुभकार्य असावं. रिवाजाप्रमाणे आपण नेहमीच्या वाडवडिलांपासून चालत आलेल्या गुरुजींना बोलवावं आणि त्यांनी पाठवावं दुसऱ्या गुरुजींना! दुसऱ्या गुरुजींच्या योग्यतेविषयी, ज्ञानाविषयी-यत्किंचित् किंतु नसतो. सगळं कार्य ते आपलेपणानं पार पाडतातदेखील; पण वाटत राहातं – 'आज आपले गुरुजी नाही.'
— छे ! माझ्या मनातली ही भावना जायची कशी!
आपण खरंच नाटकं पाहावीत, टीका कराव्यात. आपण कसले नट?
— आपण कसले 'मिनिस्टरचे लेक'. परकायाप्रवेश हे आपलं काम नाहीच.
— आपल्याला प्रेम हवं, जिव्हाळा हवा, माया हवी! आणि इथं आहे शुद्ध व्यवहार! मनातल्या भावना मनातच कबर बांधून ठेवायच्या. चेहऱ्यावरचे खरे भाव मेक्‌अप्‌च्या थराखाली झाकायचे. नाटककाराची वाक्यं यंत्रासारखी बोलायची?
— दहा नया पैशाचं नाणं पोटात आलं की, निमूट वजनाचं कार्ड बाहेर टाकायचं. कोण उभं आहे, किती पौंड वजन आहे, ह्याच्याशी काय कर्तव्य आहे?
— कोण ललिता? कोण ललिता?- का वेडं व्हायचं? का घायाळ व्हायचं?

कोण ललिता?

''तुमची एन्ट्री आलीय्.'' प्रॉम्प्टर सावध करतो.

— मला जमेल का काम आज?

हो, जमेल. जमायलाच हवं. कोणची बरं ती कविता?...आठवली...माझ्या मना, बन दगड!'

बस्! दगड व्हायचं.

— वलयापासून माणूस किती दूर असतो नाही?—

'असा निगरगट्टपणा देवा, मला दे रे !' असं नजरेनं म्हणत प्रभाकर नाही मघाशी दूरवर गेला? – तो नाही का गंडला?...

— असंच गंडवायचं...लोकांना आणि त्यापेक्षा स्वत:ला!

— एन्ट्रीबरोबरचं पहिलं वाक्य कोणतं बरं?

— हां आठवलं !...

— स्टेजच्या मध्यावर जायचं. मिनिस्टरच्या मुलासारखं चालायचं! जमिनीकडे बघायचं नाही. डायरेक्टरांना राग येतो...

आणि मग म्हणायचं,

''हे काय?...अशा मन:स्थितीत तू वाचू शकतेस?...''

ೞ ೱ